ഗുരുദർശനത്തിന്റെ പൊരുൾ

gurudarshanathinte porul

●

haridas valamangalam

●

first edition
may 2015

●

second edition
december 2018

●

typesetting
akshara dtp, thiruvananthapuram

●

published
chintha publishers, thiruvananthapuram

●

●

cover
coverstory

●

വിതരണം

ദേശാഭിമാനി ബുക്ക് ഹൗസ്

H O തിരുവനന്തപുരം–695 035
phone: 0471-2303026, 6063026
www.chinthapublishers.com
chinthapublishers@gmail.com

ബ്രാഞ്ചുകൾ

ഹെഡ്ഡാഫീസ് ബ്രാഞ്ച് കുന്നുകുഴി • സ്റ്റാച്യു തിരുവനന്തപുരം • കെ എസ് ആർ ടി സി ബസ് സ്റ്റേഷൻ ആലപ്പുഴ • കെ എസ് ആർ ടി സി ബസ് സ്റ്റേഷൻ എറണാകുളം • ഐ ജി റോഡ് കോഴിക്കോട് • മാവൂർ റോഡ് കോഴിക്കോട് • എൻ ജി ഒ യൂണിയൻ ബിൽഡിങ് കണ്ണൂർ • സെൻട്രൽ ബസ് ടെർമിനൽ കോംപ്ലക്സ് താവക്കര കണ്ണൂർ

CR - 1955 / 4819
ISBN - 978-93-84445-09-6

ഗുരുദർശനത്തിന്റെ പൊരുൾ

ഹരിദാസ് വളമംഗലം

ചിന്ത പബ്ലിഷേഴ്സ്
തിരുവനന്തപുരം-695 035

ഹരിദാസ് വളമംഗലം

ആലപ്പുഴ ജില്ലയിൽ ചേർത്തല താലൂക്കിലുള്ള വളമംഗലം എന്ന ഗ്രാമത്തിൽ 1946 ൽ ജനിച്ചു. പാട്ടം, കാവിൽ, പട്ടണ ക്കാട് എന്നിവിടങ്ങളിൽ പ്രൈമറി–ഹൈസ്കൂൾ വിദ്യാഭ്യാ സം. ചേർത്തല എസ് എൻ കോളേജിൽനിന്ന് ബിരുദം. ആദ്യം ജോലി ചെയ്തത് എടയാറിലെ കോമിൻകോ ബിനാനി സിങ്ക് കമ്പനിയിൽ. പിന്നീട് *ജനയുഗം* പത്ര ത്തിന്റെ എറണാകുളം ലേഖകനായി. അതിനുശേഷം *യോഗനാദം* വാരികയുടെ അസോസിയേറ്റ് എഡിറ്റർ. ഇപ്പോൾ പല മാഗസിനുകളുടെയും പുസ്തകങ്ങളുടെയും ഫോം–കണ്ടന്റ്, എഡിറ്റിങ്, ലേ ഔട്ട്, ഡിസൈൻ എന്നിവ ചെയ്തുകൊടുക്കുന്നു. മലയാളത്തിലെ ഒട്ടുമിക്ക വാരിക കളിലും മാഗസിനുകളിലും കവിതകളും രാഷ്ട്രീയ–സാ മൂഹ്യ–ദാർശനിക ലേഖനങ്ങളും എഴുതിയിട്ടുണ്ട്.

ഭാര്യ   :   സോയ
മക്കൾ   :   ലയ, ലയാര, ലക്ഷ്മി
വിലാസം :   വളമംഗലം സൗത്ത് പി ഒ
                 ചേർത്തല.
                 തുറവൂർ – 688532
ഫോൺ   :   0478–2564456, 9847012088

ഉള്ളടക്കം

പ്രസാധകക്കുറിപ്പ്

ശ്രീനാരായണഗുരു *ദൈവദശകം* രചിച്ചിട്ട് 2014 ൽ നൂറ് വർഷമായി. വാങ്മയത്വംകൊണ്ടും കാവ്യാത്മകതകൊണ്ടും ദർശനഗരിമകൊണ്ടും ഉയർന്നുനില്ക്കുന്നവയാണ് നാരായണഗുരുവിന്റെ കൃതികൾ. ചാതുർവർണ്ണ്യവ്യവസ്ഥയ്ക്കെതിരെ ശബ്ദമുയർത്തുകയും മനുഷ്യവി മോചനത്തിന് മതേതരമായ പാത വെട്ടിത്തുറക്കുകയും ചെയ്ത ഗുരു വിനെ ഹിന്ദുവാക്കാനും ശ്രീശങ്കരന്റെ പിന്തുടർച്ചക്കാരനാക്കാനും ശ്രമ ങ്ങൾ നടക്കുന്ന ഇക്കാലത്ത് അദ്ദേഹത്തിന്റെ ദർശനത്തെ വീണ്ടെടുക്കേ ണ്ടതുണ്ട്. ദൈവദശകത്തിന്റെ നൂറാം വാർഷികം ആഘോഷിക്കുന്ന ഈ സന്ദർഭത്തിൽ *ഗുരുദർശനങ്ങളിലേക്ക്* പുനഃസന്ദർശനം നടത്തുകയാണ് ഹരിദാസ് വളമംഗലം ചെയ്യുന്നത്. ദുർവ്യാഖ്യാനങ്ങളിൽനിന്ന് വിമോചി പ്പിച്ച് ഗുരുവിന്റെ ചിന്തകളെ പുതിയ തലമുറയ്ക്ക് പരിചയപ്പെടുത്തുവാ നുള്ള ശ്രമം വിജയകരമാക്കാൻ ഹരിദാസ് വളമംഗലത്തിന് കഴിഞ്ഞിട്ടു ണ്ട്. ഗുരുദർശനമെന്നു വെറുതെ മൊഴിയാതെ അത് എന്താണെന്നു മന സ്സിലാക്കാൻ ആഗ്രഹിക്കുന്ന ഏതൊരാൾക്കും ഈ ഗ്രന്ഥം സഹായ കരമായിരിക്കും. ഭൗതികവാദത്തിന്റെ മാനദണ്ഡങ്ങൾ ഉപയോഗിച്ചല്ല, ആത്മീയതയുടെതന്നെ നിലപാടുകളിൽനിന്നുകൊണ്ടാണ് ഈ കൃതി നാരായണ ഗുരുവിന്റെ കൃതികളെ ജനാധിപത്യപരമായി വായിക്കുന്നത്.

ചിന്ത പബ്ലിഷേഴ്സ്

സമർപ്പണം

എന്റെ അപ്പാപ്പൻ രാമനും
അമ്മാമ്മ കായമ്മയ്ക്കും

അവതാരിക
കെ പി അപ്പൻ

ഇത് ചെറിയ പുസ്തകമാണ്. എന്നാൽ ഉള്ളടക്കത്തിന് നല്ല വ്യാപ്തിയുണ്ട്. പ്രധാനമായും ഗുരുവിന്റെ കാവ്യകൃതികളെക്കുറിച്ചുള്ള പഠനമാണിത്. ഗുരുവിന്റെ ദർശനം, ദർശനത്തിന്റെ വേരുകൾ, ദാർശനികഭാഷയുടെ സൗന്ദര്യം, വിശ്വാസത്തിന്റെ താളം എന്നിങ്ങനെ വിശാലമായിത്തീരുന്ന ഒരു പഠനമാണിത്. ഹരിദാസ് വളമംഗലം ഗുരുവിന്റെ കവിതയെ പ്രാർത്ഥനാദൂരത്തിൽനിന്ന് ആസ്വദിക്കുന്നു. അന്വേഷിക്കുന്നു. എല്ലാവിധ മുക്തിക്കും ജ്ഞാനം ആവശ്യമാണ്. ജ്ഞാനം ലഭിക്കുന്നതിന് ഗുരു ആവശ്യമാണ്. അതുകൊണ്ടാണ് ഗ്രന്ഥകാരൻ ഗുരുവിന്റെ കാവ്യങ്ങളുമായി താദാത്മ്യം പ്രാപിക്കാൻ ശ്രമിക്കുന്നത്. ബ്രഹ്മജ്ഞാനം നേടിയ കവിതയാണ് ഗുരുവിന്റേത്. കവിത ഗുരുവിന് ഉത്തമകർമ്മമായിരുന്നു. ഈ പുസ്തകത്തിലെ അന്വേഷണം ഇതു മനസ്സിലാക്കുന്നു. അതിനാൽ ഒരു അവതാരികയിലൂടെ ഈ പുസ്തകത്തെക്കുറിച്ചു ചില നല്ല വാക്കുകൾ പറയുന്നതും ഉത്തമകർമ്മമാണെന്ന് ഞാൻ കരുതുന്നു.

സൗന്ദര്യത്തെ ബ്രഹ്മജ്ഞാനത്തിന്റെ പേരിൽ കഠിനമാക്കാത്ത ഗുരുവിന്റെ കവിതയെ ഗ്രന്ഥകാരൻ സമീപിക്കുന്നത് താല്പര്യത്തോടെയാണ് ഞാൻ വായിച്ചത്. രഥചക്രത്തിന്റെ അച്ചുതണ്ടിലേക്ക് എല്ലാ ആരങ്ങളും ഘടിപ്പിച്ചിരിക്കുന്നതുപോലെ ബ്രഹ്മജ്ഞാനത്തിലേക്ക് ഗുരുവിന്റെ സകല കല്പനകളും ഘടിപ്പിച്ചിരിക്കുന്നു. കാവ്യലഹരിയുടെ ദിവ്യശപഥമാണ് ഗുരുവിനുണ്ടായിരുന്നത്. ഈ ദിവ്യശപഥം ബഹുരൂപങ്ങളായി ജനിച്ചതാണ് ഗുരുവിന്റെ കാവ്യങ്ങൾ. ഭാരതീയ മനസ്സ് വിശ്വത്തെ സുകൃതം എന്നു വിളിക്കുന്നു. സുകൃതം എന്നാൽ നല്ലതായി ഉണ്ടാക്കിയത് എന്നാണ് അർത്ഥം. ഗുരുവിന്റെ കവിതയും നല്ലതായി നിർമ്മിച്ചതാണ്. ലൗകിക വികാരങ്ങളെ അതിജീവിച്ചു നില്ക്കുന്ന ദിവ്യ സ്വരവികാരങ്ങൾ

ആ കാവ്യങ്ങളിലുണ്ട്. ദേവന്മാരെയും പിതൃക്കളെയും ആരാധിക്കുമ്പോൾ പ്രമാദം സംഭവിക്കരുത്. ഗുരുവിന്റെ കവിതയുടെ ആരാധനയിലും പ്രമാദം സംഭവിക്കരുത്. ഇക്കാര്യത്തിൽ ഗ്രന്ഥകാരൻ ശ്രദ്ധിച്ചിട്ടുണ്ട്. അസത്യ ഭാഷണങ്ങൾ കടന്നുവരുന്നില്ല.

ഗുരുവിന്റെ കവിതയിലുള്ളത് മഹാകാശംപോലെ വിസ്തൃതമായ കാവ്യാത്മകദാർശനികതയാണ്. അന്വേഷിച്ചും വിശദീകരിച്ചും ഗുരുവിന്റെ മഹാബോധാവസ്ഥയിൽ എത്തിച്ചേരാനുള്ള ശ്രമമാണ് ഈ ഗ്രന്ഥം. ഗുരു വിലെ മഹാബോധത്തെ സ്പർശിച്ചു നിർവൃതിയടയാൻ ആഗ്രഹിക്കുന്ന രചനയാണിത്. *പിണ്ഡനന്ദിയും കുണ്ഡലിനിപ്പാട്ടും കാളീനാടകവും* പഠി ച്ചുകൊണ്ട് ജ്ഞാനനിർവൃതിയിലെത്താനുള്ള ഹരിദാസിന്റെ ശ്രമം സന്തോഷപൂർവ്വം മനസ്സിലാക്കിക്കൊണ്ട് ഈ പുസ്തകം ഞാൻ അവത രിപ്പിക്കുന്നു.

കൊല്ലം
29-07-07

പുസ്തകത്തിന്റെ പൊരുളും
സ്നേഹത്തിന്റെ ചില വാക്കുകളും

നാരായണ ഗുരുവിനെ ഹിന്ദുവാക്കിയും ഈഴവനാക്കിയും വിറ്റു കൊണ്ടിരിക്കുകയാണിന്ന്. മതവും ജാതിയും വിപണനമൂല്യമുള്ള ചരക്കു കളാണെന്ന തിരിച്ചറിവാകാം കച്ചവടസംഘങ്ങളെ അതിനു പ്രേരിപ്പിക്കു ന്നത്. പണ്ഡിതന്മാരും വേദ-വേദാന്ത പാരംഗതന്മാരും കൂടി, മനുഷ്യനെ സ്വതന്ത്രനാക്കാൻ ശ്രമിച്ച ഗുരുവിനെ ഒരുതരം ആശയവാദത്തിന്റെ കെണിയിലകപ്പെടുത്തി ഫാസിസത്തിന് തീറെഴുതുന്നു. ഇതിൽ നിന്നെല്ലാം ഗുരുവിനെ മോചിപ്പിച്ചാൽ മാറുന്നത് മനുഷ്യ സമൂഹമാണെന്ന ചിന്തയാണ് ഈ പുസ്തകമെഴുതാൻ എനിക്ക് പ്രചോദനം നല്കിയത്. അതിലെത്രത്തോളം ഞാൻ വിജയിച്ചു എന്നു പറയേണ്ടത് വായനക്കാ രാണ്. എന്റെ വായനയിലും നോട്ടപ്പിശക് വന്നിട്ടുണ്ടാകാം. പരാവർത്ത നത്തിനു വഴങ്ങുന്നതല്ല ഗുരുവിന്റെ കവിത. അസാധാരണമായ സർഗ്ഗോ ന്മാദംകൊണ്ട് അതിസാന്ദ്രമായൊരു നെയ്ത്തായാണത് രൂപപ്പെട്ടിട്ടുള്ളത്. അതുകൊണ്ടാണ് പലതരം വായനയ്ക്കുള്ള പരിസരം അത് സൃഷ്ടി ക്കുന്നത്. ഗുരുവിന്റെ ജീവിതവും പ്രവർത്തനവും കൃതികളും ടോട്ടലായി കാണണം. എങ്കിലേ ഗുരുവിന്റെ മനുഷ്യ-സാമൂഹ്യോന്മുഖത മനസ്സി ലാകൂ.

വയ്യായ്കയിലും ഈ പുസ്തകത്തിന് അവതാരിക എഴുതിത്തന്ന അപ്പൻസാറിനോടുള്ള എന്റെ ആദരത്തിന് അതിരില്ല. എന്റെ അദ്ധ്യാപ കനെന്നതിലപ്പുറം എന്നോട് സ്നേഹവും വാത്സല്യവും സൗഹൃദവും പുലർത്തിയിരുന്ന സാറിന്റെ ഓർമ്മയ്ക്ക് അഞ്ജലിയോടെ...

ആലുവയിൽനിന്ന് പുറപ്പെടുന്ന *ഗുരുദേവൻ* മാസികയിൽ 'ഗുരുതീ രത്ത്' എന്ന ഒരു കോളം ഞാനെഴുതിയിരുന്നു. അതിൽ വന്ന ലേഖന ങ്ങളാണ് ഈ പുസ്തകത്തിലുള്ളത്. ഏകദേശം മൂന്നു പതിറ്റാണ്ടുക

ളുടെ ബന്ധമുണ്ട് എനിക്ക് *ഗുരുദേവൻ* മാസികയുമായും അതിന്റെ മാനേ ജിങ് എഡിറ്റർ പി എസ് ഓസ്കാറുമായും. അതിന്നും സ്നേഹനിർഭര മായി തുടരുന്നു.

ഈ പുസ്തകം പ്രസിദ്ധീകരിച്ച ചിന്ത പബ്ലിഷേഴ്സിനോട് എനി ക്കുള്ള സ്നേഹവും നന്ദിയും കടപ്പാടും എന്നുമുണ്ടായിരിക്കും. ഒരിക്കലും ഒരിടത്തും ഭൗതികയാഥാർത്ഥ്യത്തോട് പുറംതിരിഞ്ഞു നില്ക്കുകയോ, ഒരു മതത്തോടോ ജാതിയോടോ കൂറ് പ്രഖ്യാപിച്ചു നില്ക്കുകയോ ചെയ്തിട്ടില്ലാത്ത നാരായണഗുരുവിനെ വെളിപ്പെടുത്താനുള്ള എന്റെ എളിയ ശ്രമങ്ങൾക്ക് ചിന്ത പബ്ലിഷേഴ്സ് പിന്തുണ നല്കുമെന്ന് പ്രതീ ക്ഷിച്ചുകൊണ്ട്.

ഹരിദാസ് വളമംഗലം

1
പത്ത് ദൈവപ്രത്യക്ഷങ്ങൾ

നാരായണഗുരുവിന്റെ *ദൈവദശകം* എന്ന പ്രാർത്ഥനയുടെ രച നയ്ക്ക് നൂറുവയസ്സു തികഞ്ഞു. 1914 ലിലാണത്രേ അത് രചിക്കപ്പെടുന്നത്. ഗുരു ജനിച്ചത് 1855 ലാണെന്നും, അല്ല, '56 ലാണെന്നും തർക്കമുണ്ട്. 59-ാം വയസ്സിലോ 60-ാം വയസ്സിലോ ആകാം ഗുരു ഈ കൃതി രചിച്ചത്. നൂറു വർഷം ഒരു വലിയ കാലയളവാണ്. ഇന്നും പരശ്ശതം മലയാളികൾ ഈ പ്രാർത്ഥന നാവേറ്റുന്നു. മിതവാങ്മയത്വവും കാവ്യാത്മകതയും ബിംബാത്മകചിന്തകളുംകൊണ്ട് ശ്രദ്ധേയമായ ഒരു കൃതിയാണിത്.

ഗുരുരചനകളിലെ ഭാഷയും കാവ്യാത്മകതയും രചനാകൗശലവും പഠനവിധേയമാക്കാൻ തുടങ്ങിയിട്ടേയുള്ളൂ; അദ്ദേഹത്തിന്റെ ചിന്തയും ദർശനവും എന്തെന്ന ആലോചനയും പഠനവും അദ്ദേഹം ജീവിച്ചിരുന്ന പ്പോഴേ തുടങ്ങിയെങ്കിലും. എന്നാൽ പലരും തങ്ങൾക്കറിയാവുന്ന അദ്വൈ തവേദാന്തത്തിന്റെ ഫ്രെയിമിനികത്ത് സ്ഥാപിച്ച് വച്ചിരിക്കുകയാണ് അദ്ദേ ഹത്തിന്റെ ചിന്തയെയും ദർശനത്തെയും. അതുകൊണ്ട് നാരായണഗു രുവിനെ ഭാരതീയ ഋഷിപരമ്പരയിലെ അവസാനത്തെ ഋഷിയാക്കാനും ഹിന്ദുവാക്കാനും ശങ്കരന്റെ ഗുളികച്ചെപ്പേന്തിയ ഏറ്റവും ഇളയ ശിഷ്യ നാക്കാനും ഉള്ള അടിസ്ഥാനസൗകര്യം ചിലർക്കു ലഭിച്ചു. ബുദ്ധനെ വിഷ്ണുവിന്റെ അവതാരമാക്കി ശ്ലോകം ചമച്ച വഴക്കം നമുക്കുണ്ട്. വേദ മന്ത്രങ്ങളും ഉപനിഷത്തുക്കളും രചിച്ച ഋഷികളുടെ ജീവിതത്തെപ്പറ്റി നമു ക്കൊന്നുമറിയില്ല. വസിഷ്ഠവിശ്വാമിത്രാദികളെ അറിയാം. ചക്രവർത്തി മാരെയും രാജാക്കന്മാരെയും ഉപദേശിക്കലായിരുന്നു അവരുടെ പണി. അവരെക്കുറിച്ചുള്ള കഥകളും വിചിത്രം. ഇതിലേത് പരമ്പരയിലാണ് ഗുരു വിനെ പെടുത്തിയിരിക്കുന്നത്?

ദശോപനിഷത്തുക്കളെ വ്യാഖ്യാനിച്ച് അതിൽനിന്നാണ് ശങ്കരൻ

അദ്വൈതസിദ്ധാന്തത്തിന് രൂപംനല്കിയത്. അതിനുവേണ്ടി അദ്ദേഹം നല്ല പോലെ ഗുസ്തി പിടിക്കുകയും വിയർക്കുകയും ചെയ്യുന്നുണ്ട്. പലതര ത്തിൽ വായിച്ചെടുക്കാവുന്നതിനെ ഒന്നാക്കിയെടുക്കാൻ കുറച്ചു ഗുസ്തി പിടിച്ചെങ്കിലല്ലേ പറ്റൂ. വെറുതെയല്ല, സൂസൻ സൊൻടാഗ് വ്യാഖ്യാന ങ്ങളെ എതിർത്തത്. ശങ്കരനുശേഷം അദ്വൈതം ഇന്ത്യയുടെ ദേശീയ ദർശനമായി. രാജ്യത്തിന്റെ സംസ്കൃതിക്ക് ഏറ്റവും വലിയ സംഭാവന നല്കുകയും ജനജീവിതത്തിന് ഉണർവ്വ് നല്കുകയും ചെയ്ത ബുദ്ധിസം പുറംപോക്കിലേക്ക് തള്ളപ്പെട്ട ദർശനമായി.

മറ്റെല്ലാ ദാർശനികവീക്ഷണങ്ങളെയും തർക്കിച്ചും തല്ലിയും കൊന്നും പാർശ്വവല്ക്കരിച്ചുമാണ് വേദാന്തം അധികാരം പിടിച്ചെടുത്തത്. പലതെന്നു തോന്നുന്നതെല്ലാം വാസ്തവത്തിലൊന്നാണെന്നതാണ് അദ്വൈതവേദാന്തത്തിന്റെ അടിസ്ഥാനതത്ത്വം. ശങ്കരൻപോലും അത് തന്റെ ജീവിത വ്യവഹാരങ്ങളിൽ പാലിച്ചില്ല. ബുദ്ധനെയോ താഴ്ന്ന ജാതി ക്കാരനെയോ അദ്വൈതബോധത്തോടെ ഉൾക്കൊള്ളാനദ്ദേഹത്തിനു കഴി ഞ്ഞില്ല. ലോകദാർശനിക ചരിത്രത്തിലെ തന്നെ വല്ലാത്തൊരു ദുരന്തമാ യിരുന്നു അത്. ഒരു സിദ്ധാന്തത്തിന്റെ ഉപജ്ഞാതാവിന് തന്റെ തന്നെ സിദ്ധാന്തത്തിനെതിരായി സാമൂഹ്യജീവിതം നയിക്കേണ്ടിവന്നു എന്നത്. ആരോ *മനീഷാ പഞ്ചകം* എന്ന ഒരു കൃതിയെഴുതി ശങ്കരനെ ഈ ഗതി കേടിൽനിന്ന് രക്ഷിക്കാനൊരു പാഴ്ശ്രമം നടത്തിയിട്ടുണ്ട്. ചരിത്രത്തിലെ ഇത്തരം വിചിത്ര സ്വഭാവങ്ങളെ അഭിമുഖീകരിച്ചുകൊണ്ടാണ് ചിന്തകനും നോവലിസ്റ്റുമായ ആനന്ദ്, "യാഥാർത്ഥ്യം ചീഞ്ഞുകൊണ്ടിരുന്നപ്പോഴും ചിന്തയിലും സംസ്കാരത്തിലും കലയിലും വലിയ ചുവടുവയ്പുകൾ നടന്നു" എന്നെഴുതിയത്. ആനന്ദിന്റെ ഈ വാക്യത്തിലൊരു ധ്വനിയുണ്ട്. യാഥാർത്ഥ്യവുമായി ഒരു ബന്ധവുമില്ല ഈ വലിയ ചുവടുവയ്പുകൾ ക്കെന്ന്.

അദ്വൈതവേദാന്തത്തെ വീണ്ടും ദേശീയവല്ക്കരിക്കാനുള്ള ശ്രമം നടത്തിയത് വിവേകാനന്ദസ്വാമികളാണ്. സ്വാമി അതിനൊരു വിദൂര രാഷ്ട്രീയ ഭാഷ്യം നല്കി. ഒരു സോഷ്യലിസ്റ്റ് മുഖം വേദാന്തത്തിനു ണ്ടെന്ന് തന്റെ അസാധാരണ വാഗ്വൈഭവം വഴി സ്വാമി സമർത്ഥിച്ചു. ശങ്കരനെ ബുദ്ധികൊണ്ടു സംസാരിച്ചയാളായും ബുദ്ധനെ ഹൃദയം കൊണ്ടു സംസാരിച്ചയാളായും സ്വാമി ചിത്രീകരിച്ചു. തന്റെ നിലപാട് ബാലൻസ്ഡ് ആണെന്ന് സ്വാമി തോന്നിപ്പിച്ചു, ഹിന്ദുമത വൈകാരിക തയെ പോഷിപ്പിച്ചുകൊണ്ട്. ശങ്കരന്റെ തർക്ക സാമർത്ഥ്യം തന്നെയാണ് കാലഘട്ടത്തിനനുസൃതമായി സ്വാമിയും പ്രയോഗിച്ചത്. പലരും സ്വാമി യുടെ പുരോഗമന വീക്ഷണത്തെ വാഴ്ത്തി പുസ്തകങ്ങളെഴുതി. എന്നാൽ തല്ലിയും കൊന്നും നാടുകടത്തിയും പാർശ്വവല്ക്കരിച്ച നമ്മുടെ മറ്റു പല ചിന്തകളും സംസ്കൃതികളും ചരിത്രത്തിന്റെ വിസ്മൃതികളിലേക്ക് തള്ള പ്പെട്ടു.

ശങ്കരന്റെ കാലത്തു തന്നെ ഉയർന്നുവന്ന ഭക്തിപ്രസ്ഥാനം അതി

ലൊന്നാണ്. ഇത്രയധികം ജനകീയപിന്തുണ നേടിയ ഒരാത്മീയ ഉണർവ്വ് രാജ്യത്ത് അതിനുമുമ്പൊ പിമ്പൊ ഉണ്ടായിട്ടില്ല. 15, 16, 17 നൂറ്റാണ്ടുക ളിൽ ഹിന്ദു-മുസ്ലീം സംസ്കാരത്തിന്റെ സത്തയും സന്ദേശവും സ്വാംശീ കരിച്ചുകൊണ്ടാണത് വളർന്നത്. മനുഷ്യനും മനുഷ്യനും തമ്മിലുണ്ടാ യിരുന്ന എല്ലാ വിവേചനങ്ങളെയും അത് നിരാകരിച്ചു. വടക്കുകിഴക്കൻ പ്രദേശങ്ങളിലാണ് ഇന്ത്യയിലാദ്യം സൂഫികളുണ്ടാകുന്നത്. പിന്നീടത് തെക്കേ ഇന്ത്യയിലേക്കും വ്യാപിച്ചു. തമിഴ്നാട്ടിലും കോഴിക്കോട്ടും അന്നു ണ്ടായിരുന്ന സൂഫികളുമായി നാരായണഗുരു സൗഹൃദം സ്ഥാപിക്കു കയും അവരുമായി ആശയവിനിമയം നടത്തുകയും ചെയ്തുപോന്നതായി ഗവേഷകനും ബഹുഭാഷാപണ്ഡിതനുമായ എ വി ഫിർദൗസ് ഈയിടെ ഒരു ലേഖനത്തിൽ വെളിപ്പെടുത്തുകയുണ്ടായി. ഗുരുവിന് നല്ലപോലെ അറബിഭാഷ വശമായിരുന്നുവെന്നും അദ്ദേഹം പറയുന്നു.

ഇന്ത്യയിലുണ്ടായ എല്ലാ ചിന്തകളും സംസ്കൃതികളും നാരായണ ഗുരുവിൽ സംഗമിക്കുന്നുണ്ട്. അദ്ദേഹം ഏതെങ്കിലുമൊരു സിദ്ധാന്ത ത്തിന്റെ വൃത്തത്തിനകത്ത് ഒതുങ്ങിനിന്ന ദാർശനികനായിരുന്നില്ല. ഭാഷ യിലോ കാവ്യരചനാസങ്കേതങ്ങളിലോ പോലും അദ്ദേഹം പൂർവ്വസൂരി കളെ അനുഗമിച്ചിട്ടില്ല. അദ്ദേഹത്തിന്റെ ദർശനവും കവിതകളും ഇനിയും ഒരുപാട് വായനകൾക്കും പഠനങ്ങൾക്കും അർഹമാണ്. അദ്വൈതവേദാ ന്തത്തെ പത്ത് കൊച്ചു ശ്ലോകങ്ങളിലൊതുക്കി പറഞ്ഞിരിക്കുന്നു *ദൈവ ദശകത്തിലെന്നാണ്* പണ്ഡിതന്മാരുടെ പ്രശംസാവചനം. വേദാന്തമെന്ന വാക്കിന്റെ അർത്ഥം അറിവിന്റെ അന്ത്യമെന്നാണ്. ബ്രഹ്മം എന്ന സങ്ക ല്പത്തിലെത്തി വേദാന്തം പിന്നെ അറിവിന്റെ വാതിലുകളൊന്നും പുറ ത്തേക്ക് തുറക്കുന്നില്ല. അറിവിന്റെ എല്ലാ പ്രക്രിയകളെയും അതിനക ത്താക്കി അടച്ചുകളഞ്ഞിരിക്കുന്നു. അതുകൊണ്ടൊരു ഗുണമുണ്ട്. വേദാന്തം എന്താണെന്നറിയാനാഗ്രഹിക്കുന്നവർ അതിനെക്കുറിച്ചുള്ള ഒരു നല്ല പുസ്തകമെടുത്ത് വായിച്ചാൽമതി. ഓഷോ രജനീഷ് തന്റെ വേദാ ന്തത്തെക്കുറിച്ചുള്ള പ്രഭാഷണത്തിന് *മരിക്കുന്നതിന്റെ കലയെന്നാണ്* പേരിട്ടത്.

നാരായണഗുരുവിന്റെ *അറിവ്* എന്ന ഒരു ചെറുകൃതിയുണ്ട്. നിരാ ലംകൃതമായ ഒരു നഗ്നവാങ്മയമാണത്. വാമൊഴി മലയാളത്തിലത് അറി വിനെക്കുറിച്ച് ചിന്തിക്കുന്നു. ശ്ലോകത്തിലോ കവിതയിലോ അല്ല. കവി തയുടെ സൗന്ദര്യസമീക്ഷകളോ ബിംബങ്ങളോ ഇല്ലാതെ അറിവെന്തെന്ന് ചിന്തിക്കുന്ന കൃതിയാണത്. നടരാജഗുരുവും ഡോ. അയ്യപ്പപ്പണിക്കരും അത്ഭുതാദരങ്ങളോടെയാണ് ഈ കൃതിയെക്കുറിച്ചു പറഞ്ഞിട്ടുള്ളത്. ഇതിനു തുല്യമായ ഒന്ന് മറ്റെവിടെയും കണ്ടിട്ടില്ല, വായിച്ചിട്ടില്ല എന്നു വരെ. അതിൽ അറിവിന് അവസാനമുണ്ടെന്നു പറയുന്നില്ല. അളവില്ല ന്നാണ് പറയുന്നത്. വേദാന്തത്തിന്റെ അടിസ്ഥാനാശയങ്ങളെ ചോദ്യം ചെയ്യുന്ന ചിന്തകളാണിതിലുള്ളത്.

ദൈവദശകം കൂടാതെ ഗുരുവിന്റേതായി മറ്റൊരു പ്രാർത്ഥനയുണ്ട്.

ഒരു *ഗദ്യപ്രാർത്ഥന*. അതിൽ പ്രാർത്ഥിക്കുന്നത് പരമാത്മാവിനെയാണ്. പരമാത്മാവിനെക്കുറിച്ച് ഗുരു നേരിട്ടൊന്നും പറയുന്നില്ല. 'തിരുവാക്കുക ളരുളുന്നു' എന്നാണ് പറയുന്നത്. ആ തിരുവാക്കുകളരുളിയവർക്ക് അത് ഉപദേശിച്ചു കൊടുത്തത് പരമാത്മാവാണെന്നും ഗുരു പറയുന്നു. "കാണ പ്പെടുന്നതൊക്കെയും സ്ഥൂലം, സൂക്ഷ്മം, കാരണം എന്നീ മൂന്നു രൂപ ങ്ങളോടുകൂടിയതും പരമാത്മാവിൽ നിന്നുമുണ്ടായി, അതിൽത്തന്നെ ലയി ക്കുന്നതുമാകുന്നു..." എന്നിങ്ങനെ പോകുന്നു ആ തിരുവാക്കുകൾ. അതും ഒരറിവായതുകൊണ്ട് ഗുരു അതിനെ ആദരിക്കുന്നു. "അറിവിന് നിറവുണ്ടെന്നാ/ലറിവല്ലാതുള്ളതെങ്ങിരുന്നീടും" എന്നു ചിന്തിക്കുന്ന ഗുരു വിന് ഏതറിവിനേയും ആദരിക്കാനേ കഴിയൂ. ഇത് ശരി, ഇത് തെറ്റ് എന്നു പറഞ്ഞ് ഒരധ്യാപകനാകുന്നില്ല ഗുരു ഒരിടത്തും. എന്നാൽ 'നാം ശരീര മല്ല' എന്നു പറയുന്ന ആ തിരുവാക്കുകളിലെ പരമാത്മാവിനെ ഗുരു ശരീ രികളായ മനുഷ്യരുടെ സുഖദുഃഖങ്ങളിലേക്ക് കൊണ്ടുവന്ന് ഗുണപര മായ മാറ്റം വരുത്തുന്നു. ഗുരു അതിനോട് 'ലോകവാസം കഷ്ടപ്പാടുകൂ ടാതെ കഴിഞ്ഞുകൂടുന്ന'തിന് പ്രാർത്ഥിക്കുന്നു. ആയുധത്തിന് മുറി ക്കാനോ തീക്ക് ദഹിപ്പിക്കാനോ ജലത്തിന് നനയ്ക്കാനോ കാറ്റിന് ഉണ ക്കാനോ കഴിയാത്ത ആത്മാവിനോട് ഇങ്ങനെ പ്രാർത്ഥിക്കുന്ന ഗുരുവിന്റെ നർമ്മബോധം ശ്രദ്ധേയം. ഇതുപദേശിച്ച്, ആളുകളെ കൊന്നാലും കുഴ പ്പമില്ലെന്ന് *ഗീത* പറയുന്നതോർക്കുമ്പോൾ ഗുരുവിന്റെ നർമ്മം കൂടുത ലാഴമുള്ളതായിത്തീരുന്നു. ചിന്തയുടെ എല്ലാ വഴികളിലൂടെയും ഗുരു നട ക്കുന്നുണ്ട്. എന്നാലൊന്നും എടുത്ത് തന്റെ തലയ്ക്ക് തൊപ്പിയാക്കുന്നില്ല. നടന്ന വഴികളെയെല്ലാം മനുഷ്യനിലേക്ക് കൊണ്ടെത്തിക്കുകയും ചെയ്യു ന്നു. ഇ എം എസ് ഗുരുവിനെപ്പറ്റി പറഞ്ഞകാര്യം ഇവിടെ പ്രസക്തം.

> ക്ഷേത്രങ്ങളുടെയും മഠങ്ങളുടെയും അടിത്തറയാണ് സ്വാമികളിട്ട തെങ്കിലും അവയുടെ മീതെ ഉയർന്നുവന്നത് സാമൂഹികസമത്വ മെന്ന കെട്ടിടമാണ്, ആദ്ധ്യാത്മികചിന്തയുടെ വിത്താണദ്ദേഹം പാകിയതെങ്കിലും മുളച്ചുവന്നത് സാമൂഹിക-രാഷ്ട്രീയ അവകാശ വാദമാണ്, ആർഷഭാരതത്തിന്റെ സന്ദേശമാണദ്ദേഹം പ്രചരിപ്പിച്ച തെങ്കിലും അത് ശ്രോതാക്കളുടെ ചെവിയിൽ ചെന്നലച്ചത് സ്വാത ന്ത്ര്യം, സമത്വം, സാഹോദര്യം എന്ന പാശ്ചാത്യ സന്ദേശമായിട്ടാണ്.

ദൈവമാണ് *ദൈവദശകത്തിലെ* വിഷയം. ഈ ദൈവം ഒരു മത ത്തിലും പെടുന്ന ദൈവമല്ല. ഗുരുവിന്റെ 'ഒരു ദൈവ'മാണിതിലുള്ളത്. ആ ദൈവത്തോട് ഗുരു പ്രാർത്ഥിക്കുന്നു. 'ദൈവമേ കാത്തുകൊൾക' അതാണ് തുടക്കം. ഇത്ര ലളിതവും ആർദ്രവുമായ അപേക്ഷ മറ്റൊരു പ്രാർത്ഥനാകൃതിയിലും കേട്ടിട്ടില്ല. പ്രാർത്ഥനയ്ക്ക് ആ ഒരു വരി മതി. ദൈവത്തോടുള്ള വ്യക്തിപരമായ പ്രാർത്ഥനയല്ലിത്. 'ഞങ്ങളെ കൈവി ടാതെ കാത്തുകൊള്ളണ'മെന്നാണ് അപേക്ഷിക്കുന്നത്. 'അവനവനാത്മ സുഖത്തിനാചരിക്കുന്നവയവപരന്റെ സുഖത്തിനായ് വരേണ'മെന്ന സാമൂ

ഹൃബോധവും മാനവികതയുമാണ് നാമിവിടെ കാണുന്നത്. ഈ ആദ്യ ശ്ലോകത്തിലെ 'ഭവാബ്ധി' എന്ന പദത്തിന് ജീവിതമെന്ന കടലെന്നേ അർത്ഥമെടുക്കേണ്ടതുള്ളൂ. അതാണതിന്റെ നേരർത്ഥം. അത് സംസാര സാഗരമാണെന്നൊക്കെ പറഞ്ഞ്, കവിതയും സൗന്ദര്യവും ബിംബാത്മക ചിന്തയുംകൊണ്ട് ഗംഭീരമായ ഈ കൃതിയെ ചതിച്ചുകൊല്ലാനുള്ള ശ്രമ ങ്ങളാണ് അധികവും നടന്നിട്ടുള്ളത്. മനുഷ്യസമൂഹത്തിന്റെ ജനിച്ചും ജീവിച്ചും മരിച്ചും തുടരുന്ന ജീവിതത്തെയാണ് ഗുരു ഇവിടെ കടലായി കാണുന്നത്. അതിലൊരു കപ്പലുണ്ട്. ഒരു കപ്പിത്താനുമുണ്ട്. ഒടുവിൽ കടലും കടലിലെ കപ്പലും കപ്പിത്താനും ഒരുപോലെ ദൈവമായി മാറുന്നു. കപ്പലിന് 'ആവിവൻതോണി' എന്നാണിവിടെ പറഞ്ഞുപോന്നിട്ടുള്ളത്. ആവിക്കപ്പലെ–steam ship–ന്നാണ് സാധാരണ ഇതിന് അർത്ഥം പറഞ്ഞു പോന്നിട്ടുള്ളത്. ആ അർത്ഥം ഇവിടെ ചേരുന്നതാണെന്ന് തോന്നുന്നില്ല. ജീവന്റെ വൻ തോണിയെന്നാകും ഗുരു ഉദ്ദേശിച്ചിരിക്കുന്നത്. ആത്മോപ ദേശ ശതകത്തിലെ 26-ാം ശ്ലോകത്തിൽ ആവിയെ ജീവനെന്ന അർത്ഥ ത്തിൽ ഗുരു പ്രയോഗിച്ചിട്ടുണ്ട്. 'അവയവമൊക്കെയമർത്തിയാണിയായ് നി/ന്നവയവിയാവിലെയാവരിച്ചിടുന്നു' എന്ന്. അതാണ് 'നിൻ പദം!' ദൈവം. ഈ കപ്പൽ സംസാരസാഗരത്തിലലയുന്നവരെ അക്കരെ കട ത്താനാണെന്ന സൂചനയൊന്നും ശ്ലോകത്തിലില്ല. ദൈവപദമാണീ കപ്പൽ. അതായത് ദൈവം തന്നെ. പിന്നെ ഏത് അക്കരയിലേക്കാണ് കടത്തേ ണ്ടത്. നിത്യചൈതന്യയതി പോലും;

ഇഹലോകത്തെ ദുഃഖഭൂയിഷ്ഠമായ സംസാരസാഗരമായും ഭക്തനെ അതികലപ്പെട്ട അശരണനായും ദൈവത്തെ സംസാരസാഗരത്തിന്റെ മറുകര എത്തിക്കുന്ന നാവികനായും ഈശ്വരപദത്തെ ഒരാവിക്കപ്പ ലായും സങ്കല്പിച്ചിരിക്കുന്നു

എന്നാണ് പറയുന്നത്. ഭവാബ്ധിക്ക് നാവികൻ ദൈവമാകുന്നു. അതിലെ വൻ കപ്പൽ ദൈവപദമാകുന്നു. ജീവിതത്തിന്റെ കടലിൽ ജീവന്റെ കപ്പൽ നയിക്കുന്ന നാവികന്റെ ബിംബമാണിതിലുള്ളത്. അത് മറുകര കടത്താനാണെന്ന് ഇവിടെ പറയുന്നില്ല. ഏതാണ്, എവിടെയാണ് ഈ മറുകര എന്നും മനസ്സിലാകുന്നില്ല.

രണ്ടാമത്തെ ശ്ലോകം പറയുന്നത്, ഈ പ്രപഞ്ചത്തിന്റെയും ജീവി തത്തിന്റെയും അജ്ഞേയതയെക്കുറിച്ചാണ്. ഓരോന്നോരോന്നായെടുത്ത് അവയോരോന്നിന്റെയും പൊരുളെന്തെന്ന് മനസ്സിലാക്കാനാകും. അത് വസ്തുക്കളോ സംഭവങ്ങളോ എന്തുമാകാം. പരീക്ഷണ നിരീക്ഷണങ്ങ ളിലൂടെയോ ചിന്തയിലൂടെയോ ഊഹാപോഹങ്ങളിലൂടെയോ അവയെ ന്തെന്ന് നമുക്കു മനസ്സിലാക്കാം. അറിവിന്റെ എല്ലാ പ്രക്രിയകളും തുടരു ന്നതങ്ങനെയാണ്. എന്നാൽ അറിവിന്റെ ഈ പ്രക്രിയ കുറേ അങ്ങു ചെല്ലു മ്പോൾ നിന്നുപോകുന്നു. അവിടെവെച്ച് എല്ലാ ചോദ്യങ്ങളും ഉത്തരമില്ലാതെ തിരിച്ചുവരുന്നു. ഇവിടെ ഗുരുവിന്റെ *ദൈവചിന്തനം* എന്ന കൃതി പരാ

മർശാർഹമാണെന്നു തോന്നുന്നു. അതിൽ ഗുരു ദൈവത്തെക്കുറിച്ച് ചിന്തി
ക്കുന്നതിപ്രകാരം:

ആലോചിക്കുമ്പോൾ സകല പ്രപഞ്ചവും ആകാശത്താമരപോലെ
ഇല്ലാത്തതാകുന്നു. അസത്യവും ദുഃഖമയവുമായ ഇത് ദൈവസ്യ
ഷ്ടമല്ല. സ്വയമേവ ഉണ്ടായതുമല്ല. ദൈവസൃഷ്ടമെങ്കിൽ ദൈവ
ത്തിന് കരണകർത്തൃത്വദോഷമുണ്ടെന്നു പറയേണ്ടിവരും. ദൈവം
ഒരു ദോഷവുമില്ലാത്ത നിർവ്യാപാരിയല്ലേ? ഇപ്രകാരം അനിർവ്വച
നീയമായിരിക്കുന്ന ഈ പ്രപഞ്ചവും സച്ചിദാനന്ദഘനമായ ദൈവവും
കൂടി ഇരുളും വെളിച്ചവും പോലെ സഹവസിക്കുന്നതും ഒരത്യത്ഭു
തം. ദൈവവും ഞങ്ങളും പ്രപഞ്ചവും ഈ ത്രിപദാർത്ഥവും (സത്ത്,
അസത്ത്, മിഥ്യ) അനാദിനിത്യമായ ദൈവം തന്നെ. അപ്പോൾ ദൈവ
ത്തിന് അദ്വൈതസിദ്ധിയും ഇല്ല. ഞങ്ങൾക്ക് ബന്ധനിവൃത്തിയുമി
ല്ല. അതുകൊണ്ട് ദൈവത്തിനും ഞങ്ങൾക്കും തമ്മിലുള്ള സേവ്യ
സേവകഭാവത്തിനും ഹാനിവരുന്നു. നിത്യബന്ധരായ ഞങ്ങളുടെ
ബന്ധനത്തിന് നിവൃത്തിയില്ലെങ്കിൽ ഞങ്ങളെന്തിനു ദൈവത്തെ
സേവിക്കണം? പ്രയോജനമില്ലാത്ത പ്രവൃത്തി ചെയ്യുന്നത് മൗഢ്യ
മെന്നത്രേ പറവാൻ പാടുള്ളൂ. ഈ അനാദിയായ മൗഢ്യവും ദൈവ
ത്തിൽത്തന്നെ അവസാനിക്കുന്നു.

ദൈവത്തെയും പ്രപഞ്ചത്തെയും കുറിച്ചുള്ള ഈ അനിർവ്വചീനയാ
ജ്ഞേയതയാവാം *ദൈവദശകത്തിലെ* രണ്ടാം ശ്ലോകത്തിലുള്ളത്. ഈ
അജ്ഞേയതയല്ലേ ഗുരുവിന് ദൈവം? അറിഞ്ഞറിഞ്ഞു ചെല്ലുമ്പോൾ
ബുദ്ധിയും പ്രതിഭയും അസ്പന്ദമായി പോകുന്ന ഇടത്തെ ഗുരു ദൈവ
മേഖലയായി കാണുന്നു. അറിയാവുന്നിടത്തോളം അറിയണമെന്ന
ധ്വനിയും ഈ ശ്ലോകത്തിലുണ്ടാകാം. ഗുരുവിന്റെ പ്രപഞ്ചത്തെയും ദൈവ
ത്തെയും കുറിച്ചുള്ള ആലോചനയുടെ ആത്മീയയാതനയാണ് *ദൈവചി*
ന്തനം എന്ന ഗദ്യകൃതി പങ്കുവയ്ക്കുന്നത്. ഒപ്പം വേദാന്തത്തെ വിചാര
ണചെയ്യലും.

മൂന്നാമത്തെ ശ്ലോകം അന്നം, വസ്ത്രം തുടങ്ങി എല്ലാ ജീവിതാവ
ശ്യങ്ങളും നിറവേറ്റിത്തരുന്ന ദൈവം മാത്രമാണ് ഞങ്ങളുടെ തമ്പുരാ
നെന്ന് പറയുന്നു. ഈ ഭൂമിയിലെ സുഖമായ വാഴ്വിനു വേണ്ടിയുള്ള
പ്രാർത്ഥനയാണിത്. ഈ ശ്ലോകത്തിൽ സാമൂഹ്യസാമ്പത്തിക വിമർശ
നത്തിന്റെ ഒരൊളിയമ്പില്ലേ എന്നു സംശയിക്കേണ്ടിയിരിക്കുന്നു. ഗുരു
വിന്റെ കാലത്ത് ഇവിടെ ഒരുപാട് മനുഷ്യത്തമ്പുരാക്കന്മാരുണ്ടായിരുന്നു.
ഇന്നുമുണ്ട്. നാടുവാഴുന്ന പൊന്നുതമ്പുരാനും പൊന്നുതമ്പുരാന്റെ
കീഴിലെ അനേകം കൊച്ചുതമ്പുരാക്കന്മാരുമാണ് അന്നുണ്ടായിരുന്നത്.
അവരുടേതായിരുന്നു അന്നം വിളയുന്ന പാടം. അവരുടേതായിരുന്നു പാവ
പ്പെട്ടവരുടെ ചെറ്റക്കുടിലു നില്ക്കുന്ന ഇടം. അവരായിരുന്നു ഓണത്തിനും
വിഷുവിനും ആട്ടപ്പിറന്നാളിനും പാവങ്ങൾക്ക് വസ്ത്രവും തേച്ചുകുളിക്ക്

എണ്ണയും കഞ്ഞിയും കൊടുത്തിരുന്നത്. ആ തമ്പുരാൻവ്യവസ്ഥയ്ക്കെ
തിരെയാണോ ദൈവം മാത്രമാണ് ഞങ്ങളുടെ തമ്പുരാനെന്നു ഗുരു പറ
യുന്നത്? ഗുരു തന്റെ സാമൂഹ്യദർശനത്തെ ആത്മീയതയുമായി കണക്ട്
ചെയ്യുന്നത് ഇവിടെ മാത്രമല്ല. മിക്ക കൃതികളിലും ഗുരു അത് ചെയ്യു
ന്നുണ്ട്. ഇവിടെ പ്രാർത്ഥനയുടെ ആത്മീയഗൗരവമോ വിനയമോ നിഷ്ക
മ്മഷ വിശുദ്ധിയോ ഒട്ടും ചോർന്നുപോകാതെയാണ് അത് നിർവ്വഹിച്ചിരി
ക്കുന്നതെന്നുകാണാം. ചരിത്രത്തിൽനിന്ന് ദൈവമൊഴിച്ച് മറ്റു തമ്പുരാ
ക്കന്മാരെയെല്ലാം ഒഴിവാക്കിത്തരണമെന്ന പ്രാർത്ഥനയുടെ സ്വരം കൂടി
ഇതിൽ കേൾക്കാവുന്നതാണ്. കാരണം, ലോകത്തിലെ എല്ലാത്തിന്റെയും
തമ്പുരാൻ ദൈവമാണെങ്കിൽ ദൈവം സൃഷ്ടിച്ച എല്ലാ ജീവികൾക്കും
അതൊരുപോലെ അനുഭവയോഗ്യമാകണം. ഒരു വ്യത്യാസവും പാടില്ല.
ലളിതമായ ഒരു യുക്തിയാണത്.

     നാലാം ശ്ലോകം കടലും (ആഴി) കടലിലെ തിരയും കാറ്റും കട
ലിന്റെ ആഴവും പോലെ ഞങ്ങളും മായയും നിൻ മഹിമ (ദൈവമഹിമ)
യും നീയു (ദൈവം) മെന്നുള്ളിലാകണമെന്നു പ്രാർത്ഥിക്കുന്നു. ഇതും
പലതരത്തിലുള്ള വായനയ്ക്ക് വിധേയമാണ്. തിരയും കാറ്റും ആഴവും
ആഴിയുടേത്. മായയും ദൈവമഹിമയും ദൈവവും ഞങ്ങളുടേത്. ആദ്യ
ത്തേതിനെ ഉപമാനമായിക്കരുതി മായയും നിൻ മഹിമയും നീയുമെന്നു
ള്ളിലാകണമെന്ന് അർത്ഥം പറയാം. ഞങ്ങൾ, ആഴിയും അതിലെ
തിരയും കാറ്റും ആഴവും പോലെയാണ് എന്ന്. മറ്റൊന്ന് ഇതിനെ പല
സമവാക്യങ്ങളായി അന്വയിച്ചുകൊണ്ടുള്ള വായനയാണ്. അതായത്,
ആഴി = ഞങ്ങൾ. മായ = തിര. നിൻ മഹിമ = കാറ്റ്. ആഴം = നീ (ദൈവം).
ഞങ്ങൾ, അല്ലെങ്കിൽ ഞങ്ങളുടെ ജീവിതം ഒരു കടലാണ്. അതിലുണ്ടാ
കുന്ന തിരകൾ — സംഭവപരമ്പരകൾ — മായയാണ്. കാറ്റ് ദൈവത്തിന്റെ
മഹിമയാണ്. കടലിന്റെ (ഞങ്ങളുടെ) ആഴം ദൈവമാണ്. കടലിനെയും
കടലിലെ തിരയെയും ഭാഗികമായി നമുക്ക് കാണാം. രണ്ടിന്റെയും ഭാഗി
കമായ രൂപവും നാം കാണുന്നുണ്ട്. എന്നാൽ കാറ്റ് നാം കാണുന്നില്ല.
അതിനൊരു രൂപമില്ല. മാവിന്റെ ചില്ലകൾ ഉലയുമ്പോൾ അതിന് മാവിന്റെ
രൂപം. നെൽവയൽ ഉലയുമ്പോൾ അതിന് വയലിന്റെ രൂപം. ആഴം ഒരു
കേവലാശയമാണ്. അതിന് കീഴ്മേലുകളില്ല, ദിക്കുകളില്ല. അതിനേക്കാൾ
അമൂർത്തമായി മറ്റൊന്നുമില്ല. ആഴം ദൈവമാണെന്ന ഭാവന അസാധാ
രണം. അതും ഞങ്ങളുടെ ജീവിതമാകുന്ന കടലിന്റെ ആഴം എന്ന ഭാവന
എന്തൊക്കെ അർത്ഥാന്തരങ്ങളാണ് ഉല്പാദിപ്പിക്കുന്നത്.

     കടൽ എന്ന ബിംബംകൊണ്ട് ഈ പ്രാർത്ഥന അനേകം നാടകങ്ങ
ളാടുന്നുണ്ട്. ആദ്യം ജീവിതമാകുന്ന കടലിലൊരു കപ്പലും കപ്പിത്താനും
ദൈവവും ഒന്നായിമാറുന്ന നാടകം നാം കണ്ടു. കൃതിയുടെ ഒടുവിൽ
ആ കടൽ ദൈവമഹസ്സിന്റെ കടലായി മാറുന്ന നാടകം നാം കാണാനിരി
ക്കുന്നു. ഈ ശ്ലോകത്തിൽ തിരയും കാറ്റും ആഴവുമുള്ള കടൽ ദൈവ
മായും ജീവിതവുമായും സമന്വയിച്ച് പ്രത്യക്ഷപ്പെടുന്ന നാടകം അരങ്ങേ
റുന്നു.

അഞ്ചാം ശ്ലോകം പറയുന്നു, സൃഷ്ടി എന്ന പ്രക്രിയ ദൈവമാകു ന്നു, സ്രഷ്ടാവ് ദൈവമാകുന്നു, സൃഷ്ടിജാലം ദൈവമാകുന്നു, സൃഷ്ടി ക്കുള്ള സാമഗ്രിയും ദൈവമാകുന്നു എന്ന്. ചിന്താവിഷ്ടമായ ധിഷണയ്ക്ക് ഇതെല്ലാം ദൈവമെന്ന അജ്ഞേയതയ്ക്ക് വിട്ടുകൊടുക്കുകയല്ലാതെ വേറെ പോംവഴിയൊന്നുമില്ല. സൃഷ്ടിക്കുള്ള സാമഗ്രിയും ദൈവമാ ണെന്നു പറയുമ്പോൾ പഞ്ചഭൂതാത്മകമായ പ്രകൃതിയെയും ദൈവമാ യാണ് കാണുന്നത്. ജഗത്ത് മിഥ്യയാണെന്ന ശങ്കരപാഠം ഗുരു തിരുത്തു കയാണിവിടെ ചെയ്യുന്നത്.

ആറാം ശ്ലോകവും കാവ്യാത്മകമായ ചില ബിംബകല്പനകളിലൂടെ നമ്മുടെ ചിന്തയെ ഉണർത്തുകയാണ്. മായ ദൈവമാകുന്നു. മായ കാട്ടുന്ന മായാവി ദൈവമാകുന്നു. മായ കണ്ട് രസിക്കുന്ന കാഴ്ചക്കാരൻ ദൈവ മാകുന്നു. മായയിൽനിന്ന് സത്യ—യാഥാർത്ഥ്യ—ത്തിലേക്ക് നയിക്കുന്നത് ദൈവമാകുന്നു. സത്യം ശിവം സുന്ദരം എന്ന കാഴ്ചയുടെ അവസ്ഥയു മായി താദാത്മ്യം പ്രാപിക്കുന്നതിനാണ് സായൂജ്യം എന്നു പറയുന്നത്. ശൈവിസവുമായി ബന്ധപ്പെട്ട ഒരു വാക്കാണത്. ശൈവിസത്തിന്റെ സൗന്ദ ര്യസങ്കല്പങ്ങളും അഭേദദാർശനിക നിലപാടുകളും ഗുരുവിനെ ആകർഷി ച്ചിരുന്നു; പ്രത്യേകിച്ച് തമിഴ് ശൈവിസത്തിന്റെ. സർഗ്ഗാത്മകവും സുന്ദര വുമായ യാഥാർത്ഥ്യത്തിന്റെ അനുഭവമാണ് ദൈവാനുഭവം എന്ന് ഭാവാ നുശീലർക്ക് മനസ്സിലാക്കാനാവും ആ വാക്കിവിടെ ഉപയോഗിച്ചിരിക്കു ന്നത്. ദൈവത്തെ കടലായിക്കാണുന്നു, കപ്പലായി കാണുന്നു, കപ്പിത്താ നായി കാണുന്നു, മായയായി കാണുന്നു, മായാവിയായി കാണുന്നു, മായാ വിനോദനായി കാണുന്നു, ആഴമായി കാണുന്നു, സൃഷ്ടിയായി കാണുന്നു — മറ്റൊരു പ്രാർത്ഥനയും ദൈവത്തിനിങ്ങനെ മൾട്ടി ഡയമെൻഷണലായി പകർന്നാടാൻ വേദികൊടുത്തിട്ടുണ്ടെന്നു തോന്നുന്നില്ല. ചിന്തയുടെയും ഭാവനയുടെയും സ്വാതന്ത്ര്യമാണ് ദൈവമെന്ന് ഗുരു പറയാതെ പറയു കയാവും. 'ചിന്താസന്താനമേ' എന്ന *സുബ്രഹ്മണ്യ കീർത്തനം* എന്ന കവിതയിൽ ഗുരു ദൈവത്തെ സംബോധന ചെയ്യുന്നുണ്ട്. അവിടെ ശിവനും സുബ്രഹ്മണ്യനും മറ്റും ഏതെങ്കിലും മതത്തിന്റെ ബിംബങ്ങള ല്ലെന്നും പ്രതിഭാശാലികളായ കവികളുടെ ചിന്തയിലുദിച്ച ദാർശനികരൂ പങ്ങളാണെന്നും ഓർമ്മിപ്പിക്കുകകൂടിയാവാം ഈ പ്രയോഗംകൊണ്ട് ഗുരു ചെയ്യുന്നത്. മായയ്ക്ക് ഗുരു അവിദ്യാദോഷമാരോപിക്കുന്നില്ല. മായയും ദൈവമാണെന്നാണ് പറയുന്നത്.

ഏഴാം ശ്ലോകം സത്യവും ജ്ഞാനവും ആനന്ദവും വർത്തമാന-ഭൂത-ഭാവികാലങ്ങളും ഓതും മൊഴിയും ആലോചിച്ചു നോക്കിയാൽ ദൈവം തന്നെയാണെന്നു പറയുന്നു. ഇവിടെ വേദാന്തത്തിലെ സച്ചിദാ നന്ദം എന്ന വാക്ക് സ്വീകരിക്കപ്പെടുന്നുണ്ട്. കാരണം, സത്യ-യാഥാർത്ഥ്യ -ബോധത്തിൽനിന്നാണ് ജ്ഞാനമുണ്ടാകുന്നത്, ജ്ഞാനത്തിൽനിന്നാണ് ആനന്ദമുണ്ടാകുന്നത് എന്ന് അതിന് അർത്ഥം പറയാം. വർത്തമാന-ഭൂത -ഭാവികാലങ്ങളെ പരസ്പരം അടിയൊഴുക്കുള്ള ഒരേയൊരു നദിയെന്ന

നിലയിൽ വെവ്വേറെ കാണേണ്ട കാര്യമില്ല. എന്നാൽ കാലത്തെ — ചരി
ത്രത്തെ — ദൈവമായി വേദാന്തം കാണുന്നില്ല. ജീവിതം ദൈവമാണെ
ങ്കിൽ അതിൽനിന്നാണ് ഓതും മൊഴിയുണ്ടാകുന്നത്. ജീവിതം ദൈവമാ
ണെന്ന് ഇതിനകം പലവട്ടം ഗുരു പറഞ്ഞുകഴിഞ്ഞു.

എട്ടാം ശ്ലോകം അകവും പുറവും തിങ്ങുന്ന വെളിവാണ് ദൈവമെന്നു
പറയുന്നു. ഇവിടെ ആത്മീയതയും ഭൗതികതയും രണ്ടല്ല, ഒന്നാണെന്ന്
സൂചനയും നല്കുന്നുണ്ട്.

ഒമ്പതാം ശ്ലോകത്തിൽ ദൈവം ദീനാവനപരായണനും ദയാസിന്ധു
വുമാണെന്നു പറയുന്നു. അതായത്, നിർവ്വികാരവും നിർമ്മമവും നിരാമ
യവും ആയ ബ്രഹ്മമോ ആത്മാവോ അല്ല എന്ന്. തന്റെ ദൈവം ദീന
രുടെ പക്ഷത്ത് നില്ക്കുന്ന ദയാപരനാണെന്ന് പറയുന്നു. അങ്ങനെയുള്ള
തന്റെ ദൈവം ജയിക്കട്ടെ എന്നും ഗുരു പറയുന്നു.

പത്താം ശ്ലോകം ആഴമേറുന്ന ദൈവമഹസ്സിന്റെ കടലിൽ (ആഴി)
ഞങ്ങളാകവെ ആഴണം വാഴണമെന്നും വാഴണം, വാഴണം സുഖമെന്നും
പ്രാർത്ഥിക്കുന്നു. ഇതിൽ 'ഞങ്ങളാകവെ' എന്നു പറയുന്നത് മനുഷ്യസ
മൂഹം മുഴുവനെന്ന അർത്ഥത്തിലെടുക്കാം. വാഴണം എന്ന പദം മൂന്നു
വട്ടം ആവർത്തിക്കുന്നു. ഇത് വാഴ്‌വിന് — ജീവിതത്തിന് — വേണ്ടിയുള്ള
പ്രാർത്ഥനയാണ്. വെറുതെ ഒരു വാഴ്‌വിനുവേണ്ടിയുള്ളതല്ല. സുഖകര
മായ വാഴ്‌വിനുവേണ്ടിയുള്ളത്. അതും ഗുരു അവസാനം പറയാൻ മറ
ക്കുന്നില്ല. ഈ ശ്ലോകത്തിൽ ധ്വനിമയവും ഗംഭീരവുമായ ഇമേജുകളാണ്
ഗുരു സൃഷ്ടിച്ചിരിക്കുന്നത്. ദൈവമഹസ്സിന്റെ ആഴമേറുന്ന ഒരു കടൽ.
മഹസ്സ് എന്ന വാക്കിന്റെ പ്രയോഗം ശ്രദ്ധേയം. വെളിച്ചം, സർഗ്ഗാത്മകത,
സൗന്ദര്യം എന്നൊക്കെയാണ് ആ വാക്കിന്റെ അർത്ഥം. വെളിച്ചത്തിന്റെ
യും സർഗ്ഗാത്മകതയുടെയും ഈ പാരാവാരത്തിന്റെ ആഴങ്ങളിലാണ്
ഞങ്ങളാകവെ ആഴണം വാഴണമെന്നും വാഴണം വാഴണം സുഖമെന്നും
ഗുരു പ്രാർത്ഥിക്കുന്നത്. ചിന്തയുടെയും ഭാവനയുടെയും ദീപ്തശൃംഗ
ങ്ങളെ പുല്കുന്ന ഈ കവിത ഒരു പ്രാർത്ഥനയായി ലഭിച്ചത് മലയാള
ത്തിന്റെ സുകൃതമെന്നേ പറയേണ്ടൂ.

2

ചിജ്ജഡചിന്തനം ഒരു ലഘുചിന്തനം

ശ്രീനാരായണ ഗുരുവിന്റെ പ്രശസ്ത കവിതകളിലൊന്നാണ് *ചിജ്ജഡ ചിന്തനം.* ഇതിന്റെ രചനാസൗഷ്ഠവം ഒരതീതബോധത്തിന്റെ ഭാവതലങ്ങളിലെവിടെയോ വച്ച് രൂപംകൊണ്ടതാവണം. വാങ്മയത്തിന പ്പുറം കടന്നുനില്ക്കുന്ന ഒരു തേജോതലമിതിനുണ്ട്. ഗുരുവിന്റെ എല്ലാ കൃതികളിലുമതുണ്ടെങ്കിലും ഇതിലത് ആദ്യന്തമുണ്ട്. ചിത്തിനെയും ജഡ ത്തെയും കുറിച്ചുള്ള പ്രാർത്ഥനാപൂർവ്വമായ ചിന്തയായാണ് ഈ കൃതി പരിണമിച്ചിരിക്കുന്നത്. ഇതിലെ പദങ്ങളുടെയും പദബന്ധങ്ങളുടെയും അവ സൃഷ്ടിക്കുന്ന ഛന്ദസ്സിന്റെയും സംഗീതാത്മകത ഏത് സഹൃദയ നെയും വശീകരിക്കുന്നതാണ്.

ആദ്യശ്ലോകം ഒരവ്യാഖ്യേയമായ അനുഭൂതിയുടെ അമൂർത്തചിത്രം നമുക്ക് കാണിച്ചുതരുന്നു. ആ അനുഭൂതി നൈമിഷികമായിരിക്കരുതെന്നും ആ പ്രകാശാനുഭവം എന്നും ഉള്ളിലിരുന്നു വിളങ്ങണമെന്നും ഗുരു ശിവ നോടപേക്ഷിക്കുന്നു. ശിവനോടാണപേക്ഷയെന്ന് തൊട്ടടുത്ത ശ്ലോകം കൊണ്ടേ നമുക്കു പിടികിട്ടൂ. ശിവന്റെ അമൂർത്തവും മൂർത്തവുമായ സങ്ക ല്പങ്ങൾ ഈ കൃതിയിൽ ഇടകലർന്നു വരുന്നുണ്ട്.

ഒരു കോടി സൂര്യന്മാരൊന്നിച്ചുയരുന്നതുമാതിരി വെളിച്ചത്തിന്റെ മഹാപ്രളയം അകമേയുണ്ടാകുന്ന ഒരനുഭവമാണിത്. അത് ശിവന്റെ പ്രകാ ശവടിവാണെന്ന സൂചനയും ഗുരു നല്കുന്നു. ശിവൻ പ്രകാശസ്വരൂപ നാണ് എന്നാണ് സങ്കല്പം. അതായത് ചൈതന്യം അഖിലചരാചരങ്ങ ളിലും അഖിലലോകങ്ങളിലും നിറഞ്ഞു കവിയുന്ന ഈ ചൈതന്യമാണ് ഒരുകോടി ദിവാകരരൊന്നിച്ചുദിച്ചാലത്തെ പ്രകാശംപോലെ ഗുരുവിന്റെ ഉള്ളിലുയർന്നത്.

ആ പ്രകാശാനുഭവത്തിൽ പാരും നീരും അനലാദികളും കെട്ടുപോ

കുന്നു. ഇരുളു കലർന്ന സാധാരണ വെളിച്ചത്തിലവയെല്ലാം നാമരൂപാ
ദികളായി പ്രകാശിച്ചുകൊണ്ടിരുന്നതാണ്. ഈ പ്രകാശത്തിന്റെ പ്രകാ
ശത്തിലതെല്ലാം കെട്ടുപോയിരിക്കുന്നു. പഞ്ചഭൂതങ്ങളെക്കുറിച്ചാണ് ഗുരു
പറയുന്നത്. ലോകം പഞ്ചഭൂതങ്ങളാൽ നിർമ്മിതമാണെന്നാണ് പൗരാ
ണിക ശാസ്ത്രം പറയുന്നത്. പഞ്ചഭൂതങ്ങളും കെടുമാറ് എന്നു പറയു
മ്പോൾ ലോകബോധം ഇല്ലാതായി എന്നർത്ഥം. അത് ഏകാഗ്രധ്യാന
ത്തിന്റെ സർഗ്ഗാത്മകാവസ്ഥയാകാം.

അവിടെ ഇരുന്നുകൊണ്ട് ഗുരുവിന്റെ കാവ്യപ്രതിഭ പ്രപഞ്ചത്തെ
ക്കുറിച്ച്, ജീവിതത്തെക്കുറിച്ച് മനോഹരമായി എഴുതുന്നു.

രണ്ടാം ശ്ലോകത്തിൽ മൂർത്തബിംബങ്ങൾ കടന്നുവരുന്നു. മൂർത്താ
മൂർത്ത കല്പനകളുടെ ഡയലറ്റിക്സിലൂടെയാണ് ഗുരു അറിവിന്റെ ആനു
ഭൂതിക സൗഭാഗ്യങ്ങളെ സംവേദനക്ഷമമാക്കുന്നത്. ഭൗതികതയും ആത്മീ
യതയും തമ്മിലുള്ള അവിഭാജ്യത ആലങ്കാരികമായി ബോദ്ധ്യപ്പെടു
ത്തലും കൂടിയാണിത്. അപ്പോഴവിടെ ഒഴുകിനിറയുന്നത് പരവും അപ
രവും തമ്മിലുള്ള യോഗാത്മകതയുടെ സൗന്ദര്യലഹരിയാണ്. സത്യ
ത്തിന്റെ ശിവസൗന്ദര്യമാണ്.

ഇവിടെ ഗുരു ഉമാപതിയെ സംബോധന ചെയ്തു തന്റെ ഒരഭിലാഷം
പറയുന്നു. ഉമ = പാർവതി. ഉമാപതി = ശിവൻ. അടിയന്റെ അഭിലാഷമി
താണ്. നിന്റെ ഇരുകണ്ണുകൾകൊണ്ട് എന്നെയൊന്നു കടാക്ഷിക്കണം.
നിന്റെ ഒറ്റനോട്ടംകൊണ്ട് എനിക്ക് ജഡത്തെ ജയിക്കാനാകും. ഉള്ളതി
ലൊന്നും ജഡത്തിന് ഇരിക്കാനാവില്ലെന്നും നിന്റെ നോട്ടമേല്ക്കുന്നതി
ലൊന്നും ജഡത്തിനിരിക്കാനിടമുണ്ടാവില്ല എന്നും അവസാനത്തെ വരിക്ക്
രണ്ടുതരത്തിലർത്ഥം പറയാം.

ജഡത്തെ ഭൗതികപ്രപഞ്ചമെന്നും ചിത്തിനെ അവാങ്മനോഗോച
രമായ ബ്രഹ്മമെന്നും വിവക്ഷിക്കുന്നതിന് ഒരനൗചിത്യമുണ്ട്. നാമപ്പോൾ
ഗുരുവിന്റെ ദയാതീതഭാവനയെ നിരാകരിക്കുകയാവും ചെയ്യുന്നത്. ഭൗതി
കവും ആത്മീയവുമെന്ന വേർതിരിവിനെ അംഗീകരിച്ചുകൊണ്ട് ഗുരു ദർശ
നത്തിന്റെ മാത്രമല്ല, ഈ കൃതിയുടെ സ്പിരിറ്റിനെ അട്ടിമറിക്കുകയാണ്
അപ്പോൾ നാം ചെയ്യുന്നത്. ചിത്തും ജഡവും തമ്മിലിണചേർന്നാണിരി
ക്കുന്നത്. ഉമാപതീ സങ്കല്പം തന്നെ നോക്കുക. അർദ്ധനാരീശ്വരമാണത്.
ഉമ അപരവും ഉമാപതി പരവുമാണെന്ന് പുരാണകവികല്പന. ചിത്ത്
ജ്ഞാനവും ജഡം അജ്ഞാനവുമാണ്. വസ്തുവിനെയും അതിലെഴുന്ന
ചൈതന്യത്തെക്കുറിച്ചുമാണ് ഗുരു പറയുന്നത്. ആധുനിക ശാസ്ത്ര
ത്തിനും ബോദ്ധ്യപ്പെട്ട കാര്യമാണിത് ഇപ്പോൾ. അവരതിനെ, ചൈതന്യ
ത്തെ, ഊർജ്ജം—Energy—എന്നുവിളിക്കുന്നു.

മൂന്നാംശ്ലോകത്തിലിക്കാര്യം ഗുരു ഒന്നുകൂടി വ്യക്തമാക്കുന്നുണ്ട്.
ഹരിതാഭമായ ഈ ഭൂമി, ആളിക്കത്തുന്ന അഗ്നി, ഒഴുകിക്കൊണ്ടിരിക്കുന്ന
ജലം, സദാ സഞ്ചരിച്ചുകൊണ്ടിരിക്കുന്ന സദാഗതി, എല്ലാത്തിനും ഇട
—space—മായിരിക്കുന്ന ആകാശം എന്നീ അഞ്ചു ഭൂതങ്ങളുമാണ് പരമ

സത്യമെന്നു കരുതി എന്നെ അലയാൻ വിടാതെ ചലനമായി, ജ്വലനമാ യി, സത്തായി, സാരമായി, സൗന്ദര്യമായി നീ നിന്റെ സാന്നിദ്ധ്യം അടി ക്കടി അറിയിച്ചുകൊണ്ടിരിക്കുന്നുണ്ടല്ലോ, അതുമതി നമുക്ക്. പഞ്ചഭൂത ങ്ങളിലിരുന്നു വിളങ്ങുന്ന ചൈതന്യമല്ല പഞ്ചഭൂതങ്ങളാണ് വസ്തുപ്രപ ഞ്ചത്തിന്റെ അടിസ്ഥാനമെന്നു വിചാരിക്കുന്നവരുണ്ട്. അവരെ ഭൗതിക വാദികളെന്നു വിളിക്കാം. ആത്മാവിനെ അംഗീകരിക്കുകയും സ്വീകരി ക്കുകയും ചെയ്തുകൊണ്ട് വസ്തുപ്രപഞ്ചത്തെ നിരാകരിക്കുന്നവരുണ്ട്. അവരെ ആത്മീയവാദികളെന്നു വിളിക്കാം. ഈ രണ്ടുതരം വാദികളു ടെയും ഇടയ്ക്ക് എവിടെയോ യോഗാത്മകമായ (Dialectical) നിലപാ ടെടുത്തുകൊണ്ടാണ് ഗുരു നില്ക്കുന്നത്.

സർവ്വത്ര ചലനം നടക്കുന്നുണ്ട്. ബാഹ്യമായും അന്തര്യാമിയായും പ്രകടമായും അപ്രകടമായും എല്ലാത്തിനും ഒരു സത്തുണ്ട്. സാരമുണ്ട്. സത്യവും ശിവവും സുന്ദരവുമായ ഒരു പൊരുളുണ്ട്. ആരാണ് ഇങ്ങനെ യൊക്കെ പ്രത്യക്ഷപ്പെടുന്നത്? അതിനെയാണ് ഉമാപതിയെന്നു പേരു ചൊല്ലി ഗുരു ഇവിടെ വിളിക്കുന്നത്. ദൈവമെന്നും അറിവെന്നും ആത്മാ വെന്നും മറ്റും വിളിക്കുന്നത്. ഇത് ലോകനിരാസമോ ജീവിതനിരാസമോ അല്ല. പ്രപഞ്ചസത്യം ദർശിച്ച ഒരു ഋഷികവിയുടെ അരുളപ്പെടലാണ്.

ചിത്ത് എന്ത്, ജഡമെന്ത് എന്ന് ഗുരു ഒന്നുകൂടി വിശദീകരിക്കുക യാണ് നാലാം ശ്ലോകത്തിൽ. മതിതൊട്ട് മണം മുതലുരുളോളവുമുള്ളത് ചിന്മയമാം. ബുദ്ധി തൊട്ട് മണം, കേൾവി, രസം, കാഴ്ച, സ്പർശം എന്നി ങ്ങനെ പഞ്ചേന്ദ്രിയങ്ങളിലൂടെ ഉണർന്നുവരുന്ന അവയുടെ ഗുണങ്ങൾ മുതൽ അരുൾ—സ്നേഹം, പ്രേമം—വരെയുള്ളത് ചിന്മയമാണ്, ചിത്താണ്, ചൈതന്യമാണ്.

സൂത്രരൂപത്തിലുള്ള ഈ ഗുരുവരുളിന്റെ പൊരുളകങ്ങളെന്തൊക്കെ? ബുദ്ധിക്ക് സംശയം തൊട്ട് നിശ്ചയം വരെയുള്ള അവസ്ഥകളുണ്ട്. മന സ്സിന് ദുഃഖം തൊട്ട് സന്തോഷം വരെയുള്ള അവസ്ഥകളുണ്ട്. മണത്തിന് ദുർഗന്ധം തൊട്ട് സുഗന്ധം വരെയുള്ള അവസ്ഥകളുണ്ട്. കേൾവിക്ക് വൈഖരി തൊട്ട് പര വരെയുള്ള അവസ്ഥകളുണ്ട്. രസത്തിന് കയ്പു തൊട്ട് മധുരം വരെയുള്ള അവസ്ഥകളുണ്ട്. കാഴ്ചയ്ക്ക് രൂപംതൊട്ട് അരൂപം വരെയുള്ള അവസ്ഥകളുണ്ട്. സ്പർശത്തിന് പ്രഹരം തൊട്ട് ചുംബനം വരെയുള്ള അവസ്ഥകളുണ്ട്.

വിചിത്രമായ ഈ ഇന്ദ്രിയാനുഭവങ്ങളെയെല്ലാം ചിത്തിന്റെ മണ്ഡല ത്തിലാണ് ഗുരു പെടുത്തിയിരിക്കുന്നത്. ഇന്ദ്രിയാനുഭവങ്ങൾക്ക് ജീവി തത്തിലുള്ള ഇടം നിരസിച്ചുകളയാവുന്നതല്ല. അതുകൊണ്ടാണ് അവ യെല്ലാം ചിന്മയമാണെന്നു ഗുരു പറയുന്നത്.

ഇവിടെ ഒരു ധ്യാനരഹസ്യം ഗുരു ധ്വനിപ്പിക്കുന്നുണ്ട്. ഗുരു സാമ്പ്ര ദായികമായി എന്താണ് ധ്യാനമെന്ന് പറയുകയോ എഴുതി വയ്ക്കുകയോ ചെയ്തിട്ടില്ലെങ്കിലും പ്രധാനകൃതികളിലെല്ലാം അത് എന്ത് എന്ന്, എങ്ങ നെയെന്ന് സൂചിപ്പിച്ചിട്ടുണ്ട്. പതഞ്ജലിയുടെ 'യോഗ: ചിത്തവൃത്തി

നിരോധഃ' എന്ന സൂത്രത്തിന്റെ ചുവടുപിടിച്ച്, അതിന്റെ വിവക്ഷയെ ന്തെന്നു ഗ്രഹിക്കാതെ ഇന്ദ്രിയാനുഭവങ്ങളെയെല്ലാം ബലംപിടിച്ച്, അത്യ ദ്ധ്യാനം ചെയ്തു തടയുന്ന പണിയാണ് ധ്യാനമെന്ന് പലരും പറഞ്ഞുവ ച്ചിരിക്കുന്നു. ഇങ്ങനെ ചെയ്ത് ചിലരൊക്കെ വട്ടായിപ്പോയത് എനി ക്കറിയാം. ഗുരു ഇവിടെ പറയുന്നത് ഇന്ദ്രിയാനുഭവങ്ങൾ ചിന്മയമാണ് എന്നാണ്. അവയ്ക്ക് ധ്യാനത്തിലേക്ക്, ജ്ഞാനത്തിലേക്കുള്ള വഴിയുടെ അതിദിവ്യമായ പദവിയാണ് ഗുരു കല്പിച്ചു നല്കിയിരിക്കുന്നത്.

എല്ലാ ഇന്ദ്രിയാനുഭവങ്ങളും അവസാനം ചെന്നെത്തുന്നത് അരുളി ലാണ്. സ്നേഹത്തിലാണ്, പ്രേമത്തിലാണ്. ഏത് ദുർഗന്ധവും സുഗ ന്ധമായി മാറും. ഏത് വൈഖരിയും പരയായി മാറും. ഏത് കയ്പും മധുരമായി മാറും. ഏത് കാഴ്ചയും അരൂപമായി മാറും. ഏത് പ്രഹ രവും ചുംബനമായി മാറും. ഈ പരിണാമപ്രക്രിയയുടെ ഒടുവിൽ നാം അരുളിലെത്തുന്നു. ജ്ഞാനത്തിലെത്തുന്നു. അഖിലമായ പ്രേമാവസ്ഥ യിലെത്തുന്നു.

അരുളിനപ്പുറം ഇരുളിന്റെ മായാപടങ്ങൾ വരയുന്ന ക്ഷിതി മുതൽ അജ്ഞാനത്തിന്റെ അന്ധകാരം വരെയുള്ള ലോകം ജഡമാണ്. ഇവിടെ ക്ഷിതി എന്ന വാക്കിന് നിഘണ്ടുവിലെ ഭൂമി എന്ന അർത്ഥമെടുക്കുന്നത് അനുചിതമാകും. അജ്ഞാനംകൊണ്ട് ഇരുളിന്റെ മായാവഴികളിൽ പെട്ടു ഴലുന്ന ജീവിതത്തെയാകാം ഗുരു ഇവിടെ ക്ഷിതി എന്ന വാക്കുകൊണ്ട് അർത്ഥമാക്കുന്നത്. ഗുരുവിന്റെ കൃതികളിലെ വാക്കുകളെ പലപ്പോഴും ഭാഷാപരമായ പതിവ് അർത്ഥകല്പനകൊണ്ടല്ല കൈകാര്യം ചെയ്യേണ്ട ത്. അഗാധമായ വിചാരവും വിഭാവനവുംകൊണ്ടാണ്. അവ വെളിപ്പെട്ടു കിട്ടുന്നത് സഹജാവബോധത്തിന്റെ ഏതോ ഉയർന്ന തലത്തിൽ വച്ചാ യിരിക്കും. ചിത്ത്, ജഡം ഈ രണ്ടു ലോകങ്ങളിലുമായിട്ടാണ് എല്ലാം സ്ഥിതിചെയ്യുന്നത്, ഉള്ളത് എന്ന് ഗുരു ശ്ലോകാവസാനം പച്ചയായി പറഞ്ഞു വയ്ക്കുകയും ചെയ്തിരിക്കുന്നു.

എല്ലാവരും അതങ്ങനെതന്നെയാണെന്നാണ് അഭിപ്രായപ്പെടുന്നത്. ശുകമുനി തുടങ്ങിയ മുനികളുടെയും അഭിപ്രായം ഇതാണ്. സുഖസാ ദ്ധ്യമായ അറിവെന്നത്രേ. ആരും ജഡത്തെ നിരാകരിച്ചിട്ടില്ല എന്ന് ഭംഗ്യ ന്തരേണ പറഞ്ഞ, മറിച്ച് ധരിച്ചിട്ടുള്ളവരുടെ അജ്ഞതയെ ഇളക്കിക്കള യുകയാണ് ഗുരു ഇവിടെ ചെയ്യുന്നത്. ഇതുതന്നെ ഗുരു ആത്മോപദേശ ശതകത്തിലും പറയുന്നുണ്ട്.

ഇങ്ങനെ പല അറിവുകളും പരമ്പരയായി നമുക്കു പകർന്നുകിട്ടി യിരിക്കുന്നു. എന്നാൽ ഭഗവാന്റെ മായ എത്രയോ അത്ഭുതകരം. എത്രയോ വലുത്. ഇവിടെ ഒരു മിസ്റ്റിക്കിന്റെ ബോധപ്രകൃതിയുടെ ആശ്ചര്യം പ്രകടിപ്പിക്കുകയാണ് ഗുരു. ഏത് സത്യം, ഏത് മിഥ്യ എന്ന സന്ദിഗ്ധതയുടെ ധ്വനി ഇവിടെ മുഴങ്ങുന്നില്ലേ? പരമ്പരയായി പകർന്നു കിട്ടിയതും താൻ പറഞ്ഞുവയ്ക്കുന്നതും സംശയത്തിന്റെ ധ്വനി ഇവിടെ പ്രകടമാകുന്നില്ലേ? അതോ ഇങ്ങനെ ഇരുളിലും വെളിച്ചത്തിലുമായി,

അജ്ഞാനത്തിലും ജ്ഞാനത്തിലുമായി ഇടകലർന്നു കിടക്കുന്ന സത്യ
ത്തിന്റെ സങ്കീർണ്ണതയോർത്താണോ ഗുരു ഇവ്വിധം ആശ്ചര്യപ്പെടുന്നത്?
അങ്ങനെയായാലും അത് ചെന്നെത്തുന്നത് മുമ്പു പറഞ്ഞ അജ്ഞേയ
തയിലാണ്.

അരുളേ-കാരുണ്യമേ-സ്നേഹമേ-നിന്റെ തിരുമേനി ഇരുളും സ്ഥല
വുമണിയുന്നുണ്ട്. അതുകഴിഞ്ഞ് പൊതുവേ എന്നു പറഞ്ഞിരിക്കുന്നതി
നെ, ഇരുളും സ്ഥലവും മാത്രമല്ല എല്ലാ പ്രതിഭാസങ്ങളും അരുളിന്റെ
തിരുമേനിയണിയുന്നുണ്ട് എന്ന് വായിക്കണം. ആ കരളാണ്, കരളിലിരി
ക്കുന്ന ആ പൊരുളാണ്, പുരി മൂന്നുമെരിച്ചുകളയുന്നവൻ.

മിഥോളജിപ്രകാരം മയൻ നിർമ്മിച്ച മായാനഗരങ്ങളാണ് ത്രിപുരം.
അവയെ തന്റെ മൂന്നാംകണ്ണുകൊണ്ട് ശിവൻ എരിച്ചുകളഞ്ഞു. അത് കഥ.
ദാർശനികമായി ത്രിപുരം നിത്യാനിത്യങ്ങളെന്ന നാഗരികഭ്രമങ്ങളാണ്.
ജ്ഞാനികൾ ഈ ഭ്രമത്തെ അതിജീവിക്കുന്നു. ഗുരു വീണ്ടും അജ്ഞേയ
യതയുടെ യോഗാത്മകതയിലേക്കു ചുവടു മാറ്റുകയാണ്.

പ്രളയാഗ്നി കൈയിലേന്തി ഇറങ്ങിവരുന്ന നിന്റെ തിരുമേനിയെ ചിദം
ബരമെന്നു പറയുന്നു. നീ (ചൈതന്യം) ഇറങ്ങി വന്നുനില്ക്കുന്നത് പുരി
(ജഡം, അജ്ഞാനത്തിൽ)യിലാണ്. ആ പുരിയിലിരുന്നുകൊണ്ട് പുരം
കത്തിച്ചു കളയുക എന്നത് അത്ഭുതകരം തന്നെ. പുരയ്ക്ക് തീയിട്ടു ദഹി
പ്പിക്കുമ്പോഴും അതിലിരിക്കുന്നയാൾക്ക് ഒന്നും സംഭവിക്കുന്നില്ല എന്നത്
മഹാമാന്ത്രികതയല്ലേ? ഈ ശ്ലോകം ഒരുപാട് ഒരുപാട് ധ്വനികളുടെ ഒരു
പാടൊരുപാട് അനുരണനങ്ങളുണ്ടാക്കുന്നുണ്ട്. അതെല്ലാം എത്ര വിചാരം
ചെയ്താലും എഴുതിയാലും തീരാത്തതാണ്.

വിധി മാധവരാദി തിരഞ്ഞിടുന്ന — ബ്രഹ്മാവും വിഷ്ണുവും മറ്റും
അന്വേഷിക്കുന്ന — പുതുമാമ്പഴം, പുതിയ അമൃത്, പുതിയ ശർക്കര,
പുതിയ തേൻ, പുതിയ മധുരക്കനി, പുതിയ രസം — നിത്യനൂതനമായ
ആ വ്യാമോഹകവസ്തു ഏതാണോ അതാണ് എനിക്കും ശരണം, അഭ
യം. വിധി മാധവരാദി എന്നതിനും പുതുമാങ്കനി തുടങ്ങിയ ഐന്ദ്രികയ
രസവസ്തുക്കൾക്കും അർത്ഥത്തിന്റെ നിറഭേദങ്ങളുള്ള അനന്തമായ ഇത
ളുകളുണ്ട്. അതാര്, എന്ത്, എവിടം? ആനത്തോലുരിച്ച് ഉടയാട ചാർത്തിയ
ചിന്മയം — അനന്തവും അജ്ഞാതവുമായ ചൈതന്യം.

ഗുരു പ്രാർത്ഥിക്കുന്നു, ചതിക്കുന്ന ഒരുജാതി ഇരുട്ടുണ്ട്. അതിൽനിന്ന്
വിടുതൽ നല്കി നീ എനിക്ക് അരുൾ നല്കണേ.

ഈ പ്രപഞ്ചവും ജീവിതവും അവയുടെ അർത്ഥധ്വനികളുടെ അന
ന്തമായ അനുരണനങ്ങളും പ്രതിഫലിച്ചു വിരാജിക്കുന്നുണ്ട് ആ കൊച്ചു
കൃതിയിൽ. ഒരു മഞ്ഞുതുള്ളിയിൽ പ്രപഞ്ചം മുഴുവൻ പ്രതിഫലിക്കുന്ന
തുപോലെ. ഒരു കൈക്കുമ്പിളിൽ കോരി മഹാസമുദ്രങ്ങളെ ഒതുക്കിയെ
ടുത്തിരിക്കുന്നതുപോലെ. ഒരു മഹാപ്രതിഭയുടെ നിഗൂഢാവബോധക
ല്പനകളുടെ ദാർശനികസൗന്ദര്യം കണ്ട് ശിരസ്സു നമിക്കാതെ ഇവിടെ
നിന്നു നമുക്ക് കടന്നുപോകാനാവില്ല.

3

അദ്വൈതബോധത്തിന്റെ ഗുരുസാഗരം

അദ്വൈതം എന്ന വാക്കിന് ഒരു സവിശേഷതയുണ്ട്. ശിവം, ആത്മാവ്, അറിവ് ഏകമാണെന്ന് അത് നേരിട്ടു പറയുന്നില്ല. രണ്ടല്ലാത്തത് എന്നേ പറയുന്നുള്ളൂ. അപ്പോൾ രണ്ടുണ്ട്. അല്ലെങ്കിലനേകമുണ്ട്. ഏകമായതിനെപ്പറ്റി പറയുമ്പോഴും രണ്ടിന്റെ—ദ്വൈതത്തിന്റെ സാന്നിദ്ധ്യം കൊണ്ടുവന്നിരിക്കുന്നു. അല്ലെങ്കിൽ ആയിരങ്ങളുടെ സാന്നിദ്ധ്യം കൊണ്ടു വന്നിരിക്കുന്നു. രണ്ടിന്റെ ആയിരങ്ങളുടെ ഉള്ളിലടങ്ങുന്ന അവയെയെല്ലാം പാരസ്പര്യപ്പെടുത്തുന്ന ഏകതയുടെ, സ്നേഹത്തിന്റെ പ്രകാശം പരത്തുന്നതിനുവേണ്ടിയാണ് അങ്ങനെ ചെയ്തിരിക്കുന്നത്. ദ്വൈതത്തിനു മുമ്പിൽ അല്ലാത്തത് എന്നർത്ഥം വരുന്ന അ എന്ന അക്ഷരം ചേർത്തു കൊണ്ട്. 'അവനിവനെന്നറിയുന്നതൊക്കെയോർത്താലവനിയിലാദിമമായൊരാത്മദീപ'ത്തിന്റെ പ്രകാശമവിടെ, അപ്പോഴാണ് പരക്കുന്നത്.

ദൈവം എന്താണെന്നല്ല, എന്തല്ല എന്നാണ് പറയുന്നത്. കാരണം, കണ്ടാ കേട്ടോ തൊട്ടോ അറിയാവുന്ന ഒരു ക്ലിപ്തവസ്തുവല്ലത്. അത് വസ്തുവുമാണ്, അവസ്തുവുമാണ്. അതിനെ സദ്വസ്തുവെന്നാണ് പറയുന്നത്. അത് അതുമല്ല, ഇതുമല്ല. ബുദ്ധനതിനെ മൗനമുദ്ര കൊണ്ടാണ് വ്യഞ്ജിപ്പിച്ചത്. അത് ഒന്നേയുള്ളൂ. ഒരു സത്തമാത്രം. അവിടെ അനുഭവമില്ല. ഉള്ളടക്കമില്ല. ആരനുഭവിക്കാൻ? അനുഭവിക്കാൻ മറ്റൊരാൾ വേണ്ടേ? അനുഭവിക്കാനൊരു ഉള്ളടക്കം വേണ്ടേ? അതാണ് നിർവ്വാണം. മഹാശൂന്യതയുടെ സകലാത്മകമായ ഭാവാഭാവം.

പ്രപഞ്ചത്തിന്, ജീവിതത്തിന് ഒരനശ്വരസത്തയുണ്ടോ? ഇല്ലെങ്കിലത് നിരാനന്ദകരം. നശ്വരതയിൽ ആനന്ദത്തിന് ഇടമില്ല. ചില ചിന്തകർ ഇതൊ രസംബന്ധനശ്വര നാടകമാണെന്ന് ദർശിക്കുന്നുണ്ട്. ശാസ്ത്രം നശ്വരതയെക്കുറിച്ചോ അനശ്വരതയെക്കുറിച്ചോ ചിന്തിക്കുന്നില്ല. ഒരവസാനസത്യം

കണ്ടെത്തലെതിന്റെ ലക്ഷ്യമല്ല.

വേദാന്തത്തിന് ഇതൊരു ലീലയാണ്. 'അറിവ് നിജസ്ഥിതി' അറി യാൻ ചെയ്തുകൊണ്ടിരിക്കുന്നത് എന്ന് നാരായണഗുരു. ലീലയ്ക്ക് എന്തു ലക്ഷ്യം? ലീലയല്ലാതെ. ഇതനന്തമാണ്. അവ്യാഖ്യേയമാണ്. അങ്ങനെ യുള്ള ഇതിനെ ലീലയെന്നല്ലാതെ എന്ത് പറയും? എങ്ങനെ കാണും? അനാസക്തിയുടെയും നിസ്സംഗതയുടെയും അടിസ്ഥാനമിതാണ്. ഇതിൽനിന്നാണ് വിരക്തിയുടെ തത്ത്വശാസ്ത്രനിലപാടുണ്ടാകുന്നത്. ഇതൊരു സ്ഥിരമൂല്യത്തെ കൊണ്ടുവരുന്നുണ്ട്. അതായത് ഒരനശ്വരസ ത്തയെ. പക്ഷേ, അതൊരു ലക്ഷ്യമല്ല. അനന്തരം അനക്കമില്ലാത്ത ഒരു നിലച്ചുപോകലല്ല. അത് അനുസ്യൂതമായ മാറ്റത്തിന്റെ മസ്തിഷ്കമാണ്. ജീവകേന്ദ്രം. ശുദ്ധപ്രേമം. അതിന് മാറ്റമില്ല. അത് നിത്യതയാണ്. സനാ തനത്വമാണ്. ലക്ഷ്യത്തിനും അർത്ഥത്തിനും അപ്പുറമുള്ള അനശ്വരത യുടെ മുക്താവസ്ഥ.

ഒന്നിനും ഒരു ലക്ഷ്യമില്ല. ഗോളകോടികളും സൗരയൂഥവും നിരന്ത രമിങ്ങനെ കറങ്ങിക്കൊണ്ടിരിക്കുന്നതിന് എന്ത് ലക്ഷ്യം? സ്നേഹത്തിന്, വെറുപ്പിന്, ഇരുട്ടിന്, വെളിച്ചത്തിന് എന്തു ലക്ഷ്യം? 'അവനവനാത്മസു ഖത്തിനാചരിക്കുന്നവയപരന്നു സുഖത്തിനായ് വരേണ'മെന്നത് നിർല ക്ഷ്യവും നിസ്സംഗവുമായ സ്നേഹത്തിന്റെ ആവിഷ്കാരമാണ്. അപരനി വിടെ അപരനല്ല. അവനവനും അപരനും ഒന്നാണ്. ആദിമമായൊരാത്മ ദീപം. ഇങ്ങനെയാണ് മനുഷ്യന്റെ ഏത് പ്രവൃത്തിയും നിവൃത്തിയായി മാറുന്നത്.

ലക്ഷ്യം അശാന്തിക്കു കാരണമാകുന്നു. ഒരു ലക്ഷ്യം സാധിച്ചു കഴിഞ്ഞ് മറ്റൊന്നിനുവേണ്ടി മനസ്സ് അസ്വസ്ഥപ്പെടുന്നു. പത്ത് കിട്ടുകിൽ നൂറെന്നും നൂറുകിട്ടുകിൽ ആയിരമെന്നും ആഗ്രഹത്തിന്റെ — ലക്ഷ്യ ത്തിന്റെ — പട്ടികനീളുമെന്ന് പൂന്താനം. ലക്ഷ്യങ്ങൾ കീഴടക്കാൻ ഇറ ങ്ങിപുറപ്പെട്ടെ ആരും സംതൃപ്തരായിരുന്നില്ല. പ്രപഞ്ചവും ജീവിതവും ആദിമമായ ആത്മരൂപത്തിന്റെ ആവിഷ്കാര വിലാസങ്ങളാണ്. ആത്മരൂ പമെന്ത് എന്നതിന് ഉത്തരമില്ല. ഉത്തരം പറയാൻ ഭാഷയോ വാക്കോ അവിടെ ഇല്ല. ഇന്ദ്രിയാനുഭവങ്ങളാണ് ഭാഷയായി പുറത്തു വരുന്നത്.

ആയിരം വിളക്കുകൾ കത്തുന്നുണ്ട്. ആയിരം വിളക്കുകളുടേയും വെളിച്ചം ഒന്നാണ്. ട്യൂബിന്റെ ഒന്ന്, ബൾബിന്റെ ഒന്ന്, മെർക്കുറി ലാമ്പിന്റെ ഒന്ന്, സീറോബൾബിന്റെ ഒന്ന് എന്ന വ്യത്യാസം വെളിച്ചം കടന്നുവരുന്ന മാദ്ധ്യമം സൃഷ്ടിക്കുന്ന തോന്നലാണ്. വെളിച്ചത്തെ വിഭജിക്കാനാവില്ല. എണ്ണാനാവില്ല. അപ്രകാരം പേരായിരമായ, പ്രതിഭയായിരമായ, അവയി ലെല്ലാമായിരം വിഷയമായിരിക്കുന്ന പ്രപഞ്ചത്തിന്റെ സത്ത ഒന്നാണ്. അവിഭാജ്യമായ ഒന്ന്.

അദ്വൈതദീപിക എന്നു പേരിട്ടിരിക്കുന്ന ഒരു കൃതിയുണ്ട്, നാരായ ണഗുരുവിന്റേതായി. പേരു കേൾക്കുമ്പോൾ തോന്നും ശങ്കരന്റെ അദ്വൈ തസിദ്ധാന്തം എന്തെന്ന് പറയുകയാണ് ഗുരു ഈ കൃതിയിൽ ചെയ്തി

രിക്കുന്നത് എന്ന്. ഇത് ഒരു സിദ്ധാന്തത്തിനും കീഴ്പ്പെടാത്ത ഒരു വിചാ
രധ്യാനമാണ്. ശങ്കരഭാഷ്യങ്ങളിൽ കാണുന്ന ചില ഉപമകൾ ഗുരു ഇതി
ലുപയോഗിച്ചിട്ടുണ്ട്. ശങ്കരനോടുള്ള ആധമർണ്യം കൊണ്ടല്ല ഗുരു
അങ്ങനെ ചെയ്തിരിക്കുന്നത്. സംഗതമായതുകൊണ്ടാണ്.

ആയിരം പേരുകളിലുള്ള വസ്തുക്കൾ. അനന്തകോടിഗോളങ്ങൾ.
ആനതൊട്ട് മൈക്രോബുകൾ വരെയുള്ള ജീവികൾ, സമുദ്രങ്ങൾ, പർവ്വ
തങ്ങൾ. ഇവയൊക്കെ നമുക്കുതരുന്ന അനുഭവ—പ്രതിഭ—ങ്ങൾ. അല്ലെ
ങ്കിൽ അവ നമ്മിലുണ്ടാക്കുന്ന പ്രതീതികൾ. ഇതൊക്കെ നേരോ
നുണയോ കിനാവോ? എത്ര വിചിത്രമാണിതെല്ലാം. എത്ര വിഭിന്നമാ
ണിതെല്ലാം. അന്വേഷണ ബുദ്ധിയില്ലാത്തവരിതെല്ലാം ഭിന്നഭിന്നമായി ഉള്ള
താണെന്നു കരുതുന്നു. അന്വേഷിച്ചു ചെന്നാൽ അല്ലെങ്കിൽ ആലോചിച്ചു
നോക്കുമ്പോൾ അതല്ല നേർ എന്ന് മനസ്സിലാകും. അതൊരു ബോദ്ധ്യ
ത്തിന്റെ നിമിഷമാണ്. ഉണർവ്വിന്റെ നിമിഷം.

സ്വപ്നത്തിൽ കാണുന്നത് സ്വപ്നാവസ്ഥയിൽ സത്യമെന്നു
തോന്നും. സ്വപ്നത്തിലൊരു പുലി വന്ന് നമ്മെ കടിച്ചുകീറുന്നതു കണ്ടാൽ
നമുക്കു വേദനിക്കും. നാം ഭയന്നു വിറയ്ക്കും. ഉറക്കത്തിൽനിന്ന് ഉണരു
മ്പോഴാണ് സ്വപ്നം കണ്ടതൊന്നും സത്യമല്ലെന്നു മനസ്സിലാകുന്നത്.
വേദനയും ഭയവും അപ്പോഴുണ്ടായ ഭ്രമമാണെന്നു മനസ്സിലാകുന്നത്.
ഉറക്കമുണരുന്നതുപോലെയാണ് ബോധോദയം. 'ഒരുകോടി ദിവാകരരൊ
ത്തുയരുന്ന'പോലെ ഒരു പുലർകാല മഹാപ്രളയം. അപ്പോഴാണ് മുമ്പു
ണ്ടായിരുന്ന തോന്നലുകളും അനുഭവങ്ങളുമെല്ലാം സത്യമല്ല, ഭ്രമമാ
ണെന്ന് മനസ്സിലാകുന്നത്. ഉണർന്നാൽ ഉണർവ്വേയുള്ളൂ. ഉണർന്നവനേ
യുള്ളൂ. വേറെ ഒന്നുമില്ല. എല്ലാ അസത്യാനുഭവങ്ങളും അവിടെ അവ
സാനിക്കുന്നു.

ഇന്ദ്രിയാനുഭവങ്ങളാണ് ലോകം സത്യമെന്നു തോന്നിക്കുന്നത്. അതി
നപ്പുറം ഒന്നുമില്ലെന്ന് തോന്നിക്കുന്നത്. സമ്പൂർണ ബോധം—ഉണർവ്വ്—
ഇന്ദ്രിയാനുഭവങ്ങളെയും കടന്നാണ് നില്ക്കുന്നത്. ഇന്ദ്രിയങ്ങളിലഹം
ഇരിക്കുന്നു. ഇന്ദ്രിയങ്ങളുള്ളത് ശരീരത്തിലും. ശരീരത്തിന് ശരീരബോ
ധമുണ്ട്. ജീവബോധമുണ്ട്.

ഇക്കാണുന്നതൊന്നും നേരല്ല. കാണുന്നത് കണ്ണാണ്. കണ്ണിനെ
ഒന്നു മാറ്റിനിറുത്തി നോക്കൂ. കാണാൻ കണ്ണു വേണ്ടേ എന്നു ചോദി
ക്കാം. വേണ്ട. അന്ധനും കാണാം അകക്കണ്ണുകൊണ്ട്. അപ്പോൾ കണ്ണു
കാണുന്നതോ നേർ? കണ്ണില്ലാതെ കാണുന്നതോ നേർ? കണ്ണാണോ
കാണുന്നത്? കണ്ണ് മാംസനിർമ്മിതമായ രണ്ടു മാംസഗോളങ്ങൾ മാത്രം.
ആ നേത്രഗോളങ്ങൾക്കകത്തോ പുറത്തോ എവിടെയോ നേത്രങ്ങൾക്കും
നേത്രമായിരിക്കുന്ന ഒരു നേത്രമുണ്ട്. ഒരേകനേത്രം. അതിനെയാകാം
ഹരിനാമകീർത്തനകാരൻ 'കണ്ണിനു കണ്ണുമനമാകുന്ന കണ്ണതിനു
കണ്ണായ കണ്ണ്' എന്നു പറയുന്നത്. ആ കണ്ണല്ലേ കാണുന്നത്? അല്ല.
അത് അടഞ്ഞുകിടക്കുന്നു. മാംസ മിഴി കൊണ്ടാണ് കാണുന്നത്. അക

ക്കണ്ണ് സദാ തുറന്നുപിടിച്ചാൽ, ഉറങ്ങിക്കിടന്ന ആ കണ്ണ് ഉറക്കമു ണർന്നാൽ, ബാഹ്യനേത്രഗോളം കൊണ്ടു കാണുന്നതല്ല പിന്നെ നാം കാണുന്നത്. അപ്പോഴാണ് ബാഹ്യനേത്രംകൊണ്ട് കണ്ടത് നുണയായി രുന്നു എന്ന് നാം മനസ്സിലാക്കുന്നത്.

ഈ ലോകം വേറൊന്നുമല്ല. ഇന്ദ്രിയങ്ങളറിയുന്ന മരുവിലെ പ്രവാ ഹമാണ്. അതായത് ഇല്ലാത്തത് ഉണ്ടെന്നു തോന്നുന്ന ഭ്രമാനുഭവമാണ്. മരീചികയിൽ തോന്നുന്നത് ജലമാണ്. അതിലെ ഇല്ലാത്ത ഒഴുക്കാണ്. ഇല്ലാത്ത ഓളങ്ങളാണ്. സത്യമല്ല. We are imprisoned by our senses — ഐൻസ്റ്റീൻ. വിശാലമരുപ്പരപ്പിൽ വെയിൽ വീഴുമ്പോൾ ദൂരെ നദിയോ തടാകമോ കടലോ ആണെന്ന തോന്നലുണ്ടാകും. അതാണ് മരീചിക. മരുവിൽ പ്രവാഹം, ഇല്ലാത്ത ജലത്തിൽ തോന്നുന്ന ഒഴുക്ക്.

ഇത്, ഈ വിശ്വം, വിശ്വമെന്ന ഈ തോന്നൽ കാര്യമാകുന്നു. അത് ഇന്ദ്രിയബോദ്ധ്യയാഥാർത്ഥ്യം. അതിനൊരു കാരണമുണ്ട്. അത് വേറെ. കാര്യം നില്ക്കുന്നത് കാരണമെന്ന സത്തയിലാണ്. ജലതരംഗങ്ങളിലു ള്ളത് ജലമാണ്. അതിന്റെ ആകൃതിയും ഒഴുക്കും ഇളക്കങ്ങളും അതിന്റെ കാര്യസ്ഥിതിയാകുന്നു. കാരണം ജലം. കാര്യം കാരണത്തിന്റെ ആവി ഷ്കാരലീലയേ ആകുന്നുള്ളൂ.

വാസസ്സ് — വസ്ത്രം — തന്തുവാണ്. തന്തു നൂല്. നൂലുകൊണ്ടാണ് വസ്ത്രം നെയ്തിരിക്കുന്നത്. നൂല് പഞ്ഞി നൂറ്റുണ്ടാക്കുന്നതാണ്. പഞ്ഞി പരുത്തിച്ചെടിയിൽ നിന്നാണുണ്ടാകുന്നത്. പരുത്തിച്ചെടി അതിന്റെ വിത്തിൽനിന്നാണുണ്ടാകുന്നത്. വിത്തോ? അതെവിടെ നിന്നു വരുന്നു? അങ്ങനെ ഓരോന്നും അന്വേഷിച്ചു ചെന്നാൽ ഒടുവിൽ ഏതോ 'പര വെളി'യുടെ വിശാലതയിലെത്തി നില്ക്കും. 'നിന്നിടും ദൃക്കുപോ ലുള്ള'ത്തിൽ. മരുസ്ഥലത്ത് പാഥസ്സു — ജലം — പോലെ അനുഭവപ്പെ ടുന്ന ഇതെല്ലാം ആ പരവെളി — ബോധം — യിലാണുള്ളത്. ഉള്ള അതിന്റെ ആവിഷ്കാരമായതുകൊണ്ടാണ് ഇതെല്ലാം ഉള്ളതായി തോന്നുന്നത്.

ഏകാന്ത ശ്രദ്ധയോടെ കർമ്മങ്ങളിൽ വ്യാപരിക്കുന്നവർക്ക് — വൃത്തി സ്ഥമായ അറിവിൽ — ലോകമില്ല. അതിന്റെ മൂല—വിത്ത്—മായിരിക്കുന്ന അവിദ്യയുമില്ല. കർമ്മം അറിവാണ്. ശുദ്ധ ബോധമാണ്. കർമ്മം ചെയ്യു മ്പോൾ കർമ്മവും കർമ്മം ചെയ്യുന്ന ആളുമില്ല. കർമ്മം അവിടെ അകർമ്മ മാകുന്നു. കർമ്മം കത്തിച്ച തിരിയിട്ട വിളക്കുപോലെയാകുന്നു. വിളക്കു കത്തിക്കൊണ്ടിരിക്കുന്ന സ്ഥലത്ത് ഇരുട്ടുണ്ടാവില്ല. തിരി കെട്ടു വിളക്ക ണയുമ്പോൾ വീണ്ടും ഇരുട്ടുവരും. അജ്ഞാനം വരും. ഭ്രമം വരും.

അജ്ഞാനം കൊണ്ടാണ് ഇല്ലാത്ത ലോകം ഉണ്ടെന്നു തോന്നുന്നത്, ഭ്രമിക്കുന്നത്. പൊരുളന്വേഷിച്ചു പോകാത്തവർക്കാണ് ഭ്രമമുണ്ടാകുന്നത്. അവർക്ക് ഈ അജ്ഞാനഭ്രമംകൊണ്ട് ഇത് ലോകമായിങ്ങനെ വിലസു ന്നതായി തോന്നും. വിളക്കു കത്തിക്കൊണ്ടിരിക്കുമ്പോൾ പിശാചിതമായ ഇരുട്ടില്ല. ഭയപ്പെടുന്നവർക്ക് ഇരുട്ട് പിശാചായി മാറുന്നു. ഇവിടെ വിളക്കു കൊണ്ടുവരുന്ന വെളിച്ചം ജ്ഞാനമാകുന്നു. ഇരുട്ട് — അജ്ഞാനം —

ജ്ഞാനിക്കു ഭയമില്ല. അജ്ഞാനി ഭയചകിതനായിരിക്കും.

ഉണ്ട് എന്നു പറയുന്നത് സത്ത്. ഇല്ല എന്നു പറയുന്നത് അസത്ത്. വാസ്തവത്തിൽ സത്തും അസത്തും ഒന്നാണ്. ഉണ്ടെന്നു പറയുന്നതും ഇല്ല എന്നു പറയുന്നതും ഒന്നാണ്. രണ്ടും രണ്ടാണെന്നുള്ളത് ബോധ ഭ്രംശം. അനാദിയായ തമസ്സിന്റെ — അജ്ഞാനം — സ്വഭാവവിശേഷം മൂലമുണ്ടാകുന്നതാണത്. രണ്ടും ഇല്ലാത്തതാണ്. കയറുകഷണത്തിൽ പാമ്പില്ല, കയറേ ഉള്ളു.

ഉണ്ട് ഉണ്ട് എന്ന് എല്ലാത്തിലും നില്ക്കുന്നതെന്തോ അത് സത്യം. മറ്റെല്ലാം അസത്യം. മണ്ണ് കലമായും ചട്ടിയായും രൂപപ്പെട്ടിരിക്കുന്നത് പോലെ ഉള്ളത് മണ്ണ്. കലം പൊട്ടിപ്പോയാലും ചട്ടി പൊട്ടിപ്പോയാലും മണ്ണുണ്ടാകും. കാര്യത്തിന്റെ വിശദാംശങ്ങളിലേക്കല്ല കാരണത്തിന്റെ സൂക്ഷ്മശ്രദ്ധകളിലേക്കാണ് അത് നമ്മെ കൊണ്ടുപോകുന്നത്.

അജ്ഞാനവേളയിലും അസ്തിയും ഭാതിയും പ്രിയവും — ഉണ്ട്. അസ്തി — ഉണ്ട് എന്ന അനുഭവം. ഭാതി — പ്രകാശം, അറിവ്. പ്രിയം — അനുഭവം. ഇരുട്ടത്ത് — അജ്ഞാനവേളയിൽ — കയറിൽ പാമ്പുണ്ട് എന്നു തോന്നുന്നു. അവിടേയും പാമ്പ് ഉണ്ട് എന്ന അറിവുണ്ട്. ആ അറിവിന്റെ അനുഭവവും ഉണ്ട്. വെളിച്ചം വരുമ്പോൾ അത് കയറാണെന്നു മനസ്സി ലാക്കുന്നു. അവിടെയുമുണ്ട് അസ്തിയും ഭാതിയും പ്രിയവും. അതാ യത് കയറുണ്ടെന്ന അറിവും അനുഭവവും.

വിവേകമുണ്ടാകുമ്പോൾ ലോകം അഴിഞ്ഞ് അസ്വസ്ഥമാകും. അവി വേകദശയിലുണ്ടായിരുന്ന അതിന്റെ ഘടന അഴിഞ്ഞ് അസ്വസ്ഥമാകു മെന്നർത്ഥം. പക്ഷേ, വിവേകദശയിലും ലോകം അതിന്റെ പഴയ ഘടന യോടെ ഇന്ദ്രിയങ്ങൾക്ക് അനുഭവപ്പെട്ടുകൊണ്ടിരിക്കും. ദിഗ്ഭ്രമം ഉണ്ടായ ആൾക്ക് ആ ഭ്രമം പോയാലും അയാളുടെ കണ്ണ് ദിക്കുകളെ അങ്ങനെ തന്നെയായിരിക്കും കാണുന്നത് എന്നതുപോലെ.

വിവേകോദയവും തിരിച്ചറിവുമുണ്ടാകുമ്പോൾ ലോകം ഇല്ലാത്തതാ ണെന്ന ബോദ്ധ്യം വരുന്നു. എന്നാലും മുമ്പെന്നത്തേയും പോലെ ലോകം ഇന്ദ്രിയങ്ങൾക്ക് അനുഭവപ്പെട്ടുകൊണ്ടിരിക്കും. ദൂരെ കാണുന്നത് ജല മല്ല മരീചികയാണെന്നു ബോദ്ധ്യപ്പെട്ടാലും കണ്ണ് അവിടെ ജലം കണ്ടു കൊണ്ടിരിക്കും, അതുപോലെ.

ജ്ഞാനിക്ക്, ലോകം സത്തും ചിത്തും ആനന്ദവുമാണ്. അവനത് ഉള്ള — സത്ത് — താണ്. അതവന്റെ അക — ചിത്ത് — മാണ്, അതവന് സുഖസ്വരൂപമാണ്, ആനന്ദദായകമാണ്. ലോകത്തിന്റെ സച്ചിദാനന്ദസ്വ രൂപത്തെ അജ്ഞനറിയുന്നില്ല, കാണുന്നില്ല, കാണാൻ കണ്ണുള്ളവന് സൂര്യൻ അതിന്റെ സഹസ്രകിരണങ്ങളോടെ ഉണ്ട്. അന്ധന് സൂര്യൻ ഇരുണ്ടൊരു ശൂന്യവസ്തു മാത്രം.

ഒരു വിത്താണ് പലതായി മുളച്ചു പൊന്തുന്നത്. വിത്ത് അറിവ്, ആത്മാവ് വേറെ അർത്ഥമൊന്നും വിശേഷിച്ച് ഈ ലോകത്തിനില്ല. ഇരു ട്ടിൽ കയറുകണ്ട് പാമ്പാണെന്നു തോന്നുന്നു. പക്ഷേ, അത് കയറല്ലാതെ

വേറെ എന്താകാനാണ്? ഏകസത്തയാണ് വിവിധമായി ആവിഷ്കരിക്ക പ്പെടുന്നത് എന്ന് നാം മനസ്സിലാക്കണം.

ഓരോന്നോരോന്നായി എടുത്തു വിഭജിച്ചു നോക്കിയാൽ ലോകമില്ല. വിചിത്രം തന്നെ. വിഭജിച്ചത് പിന്നെയും പിന്നെയും വിഭജിച്ചു ചെന്നാൽ എത്തുന്നത് എല്ലാത്തിലും നിറഞ്ഞിരിക്കുന്ന ബോധമെന്ന ഏകസത്ത യിലാണ്. ക്വാണ്ടം ഫിസിക്സ് അവസാനം ക്വാണ്ടം ഫീൽഡിലെത്തു ന്നതുപോലെ.

നൂല് വസ്ത്രത്തിൽ മറയുന്നു. ജലം നുരയിൽ മറയുന്നു. അതു പോലെ ലോകമാകെ അജ്ഞാനത്തിൽ മറഞ്ഞിരിക്കുന്നു. ആലോചനാ വിഷയമായി, ലോകം അതിന്റെ കാര്യജാലത്തോടുകൂടി മറഞ്ഞുപോ യാൽ പിന്നെ ഉള്ളത് അറിവുമാത്രം. കാര്യം നിത്യസത്തയായ കാരണ ത്തിന്റെ ആവിഷ്കാരമാണെന്നറിയുക.

സച്ചിദാനന്ദ സ്വരൂപമായ അറിവുമാത്രമാണുള്ളത്. ഓർക്കിൽ മറ്റൊന്നും ഇല്ല. പ്രകാശം, കനൽജലം, ആകാശനീലിമ, ആകാശപുഷ്പം എന്നിവ ഇല്ലാത്തതാണ്. ഉള്ളത് അവയ്ക്കെല്ലാം ഇടമായ (space) ആകാശം മാത്രം.

ആത്മാവിൽ അഹങ്കാരത്തിന്റെ ചലനവും ക്രിയകളുമുണ്ടാകുന്നില്ല. ഒരു യോഗിയെപ്പോലെ ആത്മാവ് വിവിധമായി വിഹരിക്കുകയാണ്. യോഗി യോഗസ്ഥനായി ഇളകാതെ ഇരുന്നുകൊണ്ട് പലപല ശരീരം ധരിക്കാറു ണ്ടത്രേ.

അജ്ഞാനം, സംശയം, എതിരഭിപ്രായം, വിപര്യയം — എന്നിവ ആത്മതത്ത്വജിജ്ഞാസുവിനാണ് ഉണ്ടാകുന്നത്. ദൃഢബോധം — ഉറച്ച ബോദ്ധ്യം, ജ്ഞാനം, അറിവ് — ഉള്ളവന് ഇതൊന്നുമില്ല.

ഓരോ വിഷയത്തിനും മുമ്പേ വൃത്തി — കർമ്മം — കടന്നുചെല്ലുന്നു. അത് വിഷയത്തിലുള്ള തിര നീക്കുന്നു. അതായത് തിരശ്ശീല വകഞ്ഞു മാറ്റുന്നു. അപ്പോഴാണ് നാം അറിവു കാണുന്നത്. കണ്ണ് പ്രകാശത്തിനു പിറകേ പോയി പ്രകാശം കാണുന്നതുപോലെയാണത്. അറിവ് താനേ ഉണ്ടാവുകയില്ല. തീവ്രശ്രദ്ധയോടുകൂടിയ കർമ്മത്തിലൂടെയല്ലാതെ.

കണ്ണ് തുറന്നാൽ നാം കാണുന്നു. കണ്ണടച്ചാൽ ഒന്നും കാണുന്നില്ല. അപ്പോൾ നാം അന്ധരാണ്. കാരണം ഉള്ളിലുള്ള അറിവ് അപ്പോൾ പുറ ത്തുവരുന്നില്ല. സ്വയം അറിവും പുറത്തുവരുന്നില്ല. അതിനു കണ്ണുവേണം. കണ്ണിന് കാന്തി വേണം. കാഴ്ച വേണം.

അദ്വൈതത്തിന്റെ തഥ്യയും മിഥ്യയും കൃത്യമായി അടയാളപ്പെടു ത്തുന്ന ഒരു വിചാരമാണ് ഈ കൃതി.

4

സദാശിവ ദർശനത്തിന്റെ വാങ്മയം

ശൈവസം ശ്രീനാരായണഗുരുവിനെ അഗാധമായി സ്വാധീനിച്ചി രുന്നു. ഗുരുവിന്റെ കേവല ദാർശനിക കൃതികളിൽപ്പോലും ശൈവ പരാ മർശങ്ങളുണ്ട്. അദ്വൈതദർശനത്തെയും ഗുരു ശൈവിസത്തിന്റെ കാരു ണ്യത്തിലേക്ക്, സൗന്ദര്യഭാവങ്ങളിലേക്ക്, സാമൂഹ്യ സമസമീക്ഷകളി ലേക്ക് പരിഭാഷപ്പെടുത്തിയാണ് ആവിഷ്കരിക്കുന്നത്. താത്ത്വിക വിശ കലനത്തിൽ അദ്വൈത സിദ്ധാന്തവും ശൈവസിദ്ധാന്തവും തമ്മിൽ ഒരു പാട് അകലങ്ങളുണ്ട്. ശൈവിസത്തിൽ സ്രഷ്ടാവും സൃഷ്ടിയും സൃഷ്ടി ജാലവും, അല്ലെങ്കിൽ ദൈവവും പ്രപഞ്ചവും ആത്മാവും — ഇവ മൂന്നും അനന്തമാണ്, അവിനാശമായതാണ്. ഉള്ളതാണ്. അദ്വൈതത്തിൽ പ്രപ ഞ്ചം, ജീവിതം മായയാണ്, നശിക്കുന്നതാണ്. രണ്ടിലും സത്യം ഒന്നേ യുള്ളൂ. ശൈവിസത്തിൽ വൈവിധ്യത്തെ അംഗീകരിക്കുന്നുണ്ട്. ഏക മായ സത്യമാണ് അതിലെല്ലാം ഉള്ളതെങ്കിലും അദ്വൈതം രണ്ടല്ലാത്ത താണ്.

ആത്മീയത വളരെ ലളിതമാണ്. അത് പൊടുന്നനെ ഉണ്ടാകുന്ന ബോധത്തിന്റെ കുതിച്ചുയരലാണ്. അജ്ഞാതകൃപകൊണ്ടു ലഭിക്കുന്ന സുകൃതത്തിന്റെ അനുഗ്രഹമാണ്. ഗുരുനാനാക്കിന് അത് ലഭിച്ചത് തേര — 13 — എന്ന് എണ്ണിയപ്പോഴാണ്. നാനാക്ക് ഒരു സ്റ്റോറിലെ സെയിൽസ് മാനായിരുന്നു. സാധനങ്ങളോരോന്നെടുത്ത് എണ്ണി 13 ആയപ്പോഴാണ് നാനാക്കിന് ദിവ്യബോധത്തിന്റെ അനുഗ്രഹമുണ്ടായത്. ഹിന്ദിയിൽ 13ന് തേര (ഹ്) എന്നാണ് പറയുന്നത്. തേരയ്ക്ക് നിന്റെ എന്നും അർത്ഥ മുണ്ട്. നിന്റെ — ദൈവത്തിന്റെ ആഴം — നാനാക്കിന്റെ അകം നിറയുക യായിരുന്നു അപ്പോൾ തേരയെന്ന് എണ്ണിയപ്പോൾ. അഞ്ചെട്ടു വർഷം പല വഴികളിലലഞ്ഞ് ഒടുവിലൊരു വടവൃക്ഷച്ചുവട്ടിൽ വന്നിരുന്നപ്പോഴാണ്

ബുദ്ധനത് ലഭിച്ചത്. ശ്രദ്ധാലുവായ ഒരു ജിജ്ഞാസുവിന് അത് താൻ നീട്ടിയ കപ്പിലേക്ക് സെൻ ഗുരു പകർന്ന ചായ കവിഞ്ഞൊഴുകിയപ്പോ ഴാണ് ലഭിച്ചത്. നാരായണഗുരുവിൽ, ജനിച്ചപ്പോഴെ പരമബോധത്തിന്റെ സ്ഫുലിംഗമുണ്ടായിരുന്നു എന്നുവേണം ജീവചരിത്ര വസ്തുതകളുടെ പശ്ചാത്തലം വച്ച് നിരൂപിക്കാൻ.

ഉപനിഷത്തിൽ ലളിതബോദ്ധ്യങ്ങളായി ആവിഷ്കരിച്ച ആത്മീയ തയുടെ പ്രകാശത്തെ വൈരനിര്യാതന ബുദ്ധിയുടെ തർക്കവിതർക്കമാക്കി മാറ്റിയത് ശങ്കരനാണ്. അതിനെ അദ്ദേഹം യുക്തിയുടെയും ബുദ്ധിയു ടെയും തർക്കശാസ്ത്രത്തിന്റേയും അറകളിലിട്ടടച്ചു. അതിൽനിന്ന് അജ്ഞതയുടെ അനുഗ്രഹത്തെ, അനുഭൂതിയുടെ അവ്യാഖ്യേയത നീക്കിക്കളഞ്ഞു. അതിനെ അദ്ദേഹം ബുദ്ധനെതിരെ ചമച്ച ഒരു ദുർഗ്ഗ മാക്കി മാറ്റി.

ഗുരുവിന് ഇരവും പകലുമെന്ന വ്യത്യാസമില്ല, ഇഹവും പരവുമെന്ന വ്യത്യാസമില്ല, പരവും അപരവുമെന്ന വ്യത്യാസമില്ല, ജാതിവ്യത്യാസ മില്ല, മതവ്യത്യാസമില്ല. ഒരുകോടി ദിവാകരരുദിച്ചുയരുന്ന ബോധമേ യുള്ളൂ. *സദാശിവ ദർശനം* എന്ന കൃതി ശൈവത്തിന്റെ പരമബോധ ത്തിന്റെ, വിലാസക്കാഴ്ചയുടെ മനോഹരമായ ഒരു വാങ്മയമാണ്.

ഗുരുവിന്റെ കൃതികളിലും മൊഴികളിലും അദ്വൈതത്തിന്റെ ആനു ഭൂതികതയുണ്ട്. അത് ശങ്കരന്റെ തർക്കശാസ്ത്രമല്ല, മായാവാദമല്ല, ഭേദ വിചാര കാലുഷ്യങ്ങളല്ല. ഗുരുവിന് മനുഷ്യരെല്ലാം ഒരു ജാതിയാണ്. ഒരു മതമാണ്. ഒരു ബോധത്താൽ, ഒരു ദൈവത്താൽ അനുഗൃഹീതമാണ് മനുഷ്യനും സകല ജീവികളും പ്രപഞ്ചവും അവയുടെ നിരന്തര പരി ണാമ വിലാസങ്ങളും. *സദാശിവ ദർശനത്തിൽ* ശൈവേതരമായ വഴിക ളേയും ശൈവവഴികളായാണ് ഗുരു കാണുന്നത്. ഏതു വഴിയും ശൈവ ത്തിലാണെത്തിച്ചേരുന്നതെന്ന്. മംഗളകരമായ ചൈതന്യത്തിന്റെ, ശുദ്ധ ബോധത്തിന്റെ, കൈവല്യത്തിന്റെ, കാരുണ്യത്തിന്റെ, സ്നേഹത്തിന്റെ, സമദർശനത്തിന്റെ ആഴത്തിലാണെത്തുന്നതെന്ന്. ആത്മീയാനുഭൂതി യുടെ എല്ലാ വഴികളും ഒഴുകി നിറയുന്നത് അറിവിന്റെ അതിരില്ലാത്ത, ഏകവും നിരപേക്ഷവുമായ ഈ സമുദ്രത്തിലാണ് (Oceanic Concioussness). അത് എല്ലാത്തിന്റെയും ആന്തരസത്ത, സത്യം — in- ner most core — ആണ്. കൃതിയിലേക്കു വരാം.

മണം തുടങ്ങിയെണ്ണി മണ്ണിലുണ്ണുമെണ്ണമൊക്കെയറ്റ്, പഞ്ചേന്ദ്രിയ ങ്ങളുടെ അനുഭവങ്ങളില്ലാതായി, നശിച്ച്. പഞ്ചേന്ദ്രിയാനുഭവങ്ങൾ ഗന്ധ രസ രൂപാദികളാണ്. അവ നശിച്ചു എന്നു പറയുന്നത് പഞ്ചേന്ദ്രിയങ്ങളെ നശിപ്പിച്ചുവെന്നോ അവയുടെ അനുഭവങ്ങളെ നശിപ്പിച്ചുവെന്നോ അല്ല. ഇന്ദ്രിയ നിഗ്രഹമെന്നും ചിത്തവൃത്തി നിരോധമെന്നും ഒക്കെ പറയുന്ന തിന് കണ്ണു കുത്തിപ്പൊട്ടിച്ചു കളയുക, കാതുകുത്തി പൊട്ടിച്ചു കളയുക എന്നിങ്ങനെയല്ല, അർത്ഥമെടുക്കേണ്ടത്. കുരുടനോ ബധിരനോ ആയാൽ കിട്ടുന്നതല്ല ശിവബോധം. ഇന്ദ്രിയാനുഭവങ്ങളുടെ അതിബാഹ്യ — Trivial

— തലങ്ങളെ അതിജീവിച്ചു വരുന്നതിനെക്കുറിച്ചാണ് ഗുരു പറയുന്നത്. ഉൾക്കുരുന്നിനെ പഞ്ചേന്ദ്രിയാനുഭവങ്ങളെ കവിഞ്ഞുയരുന്ന ശിവബോധമാക്കി മാറ്റാൻ അതിനെ ഉരുക്കലിനും നെക്കലിനും നക്കലിനും പാത്രമാക്കുകയാണ്. ഉൾക്കുരുന്ന് മനസ്സാണ്. അത് ഉപരിപ്ലവാനുഭവങ്ങളുടേതാണ്. അവ സത്യാനുഭവത്തിനു പുറത്താണ്. സത്യം ഉള്ളിന്റെ ഉള്ളിലാണ്. വെളിപാടിന്റെ — ഇന്ദ്രിയാതീതാനുഭവത്തിന്റെ — പ്രകാശ കേന്ദ്രത്തിലാണത് ഉദിക്കുന്നത്. ഉൾക്കുരുന്നിനെ സത്യാനുഭവത്തിന് പാകമാക്കിയെടുക്കുന്നത് ശിവനാണ്, ശിവബോധമാണ്. അപ്പോൾ ഉൾക്കുരുന്ന്, ഇന്ദ്രിയാനുഭവങ്ങളുടെ നിസ്സാരതയെ അതിജീവിച്ച മനസ്സ്, പരമ ബോധം, അനന്യ സദൃശമായ, അനുപമമായ, അവാച്യമായ മംഗളം, ശിവം നിറഞ്ഞ കോമളക്കുടമായി മാറുന്നു. സൗന്ദര്യാനുഭവമായി മാറുന്നു. സർവ്വാശ്ലേഷമായ പ്രേമമായി മാറുന്നു.

'കളം കറുത്ത കൊണ്ടലുണ്ടിരുണ്ട് കൊണ്ട കണ്ടെഴും', എഴുത്തച്ഛനെഴുതിയ, സൃഷ്ടിച്ച, സംസ്കൃതവുമായി പരിണയിച്ച വാക്കുകളപൂർവ്വമായേ ഗുരുവിന്റെ മലയാളകൃതികളിലുള്ളൂ. ചില കൃതികളിലത് അത്യപൂർവ്വം. അതിലൊന്നാണ്, സദാശിവദർശനം. കളം കറുത്ത കൊണ്ടലിന് നന്നേ കറുത്ത, ഇരുണ്ട മേഘമെന്നർത്ഥം. ഉണ്ട് എന്നതിന് തിന്നു എന്നാണർത്ഥമെങ്കിലും പോലെ, അതുപോലെ എന്നും വായിച്ചെടുക്കാം. കൊണ്ട — മുടിക്കെട്ട്, കണ്ടെഴും കാണുന്ന, ശിവന്റെ മുടിക്കെട്ട് ഇരുണ്ടു കൂടിയ കാർമേഘത്തിനു സമം. അതുപോലെ ഇരുണ്ടതാണ് മൃതിയും. കളങ്കമുണ്ട കണ്ടനെങ്കിലും. മൃതിയുടെ കാളകൂടം ഉണ്ട, കുടിച്ച കണ്ട നാണ് നീ. കണ്ടൻ ശിവൻ. കണ്ടനെന്നും ചടയനെന്നും മറ്റും ശിവൻ, ദ്രാവിഡപ്പെരുമയിലറിയപ്പെടുന്നുണ്ട്. ഒ വി വിജയന്റെ *തലമുറ* എന്ന നോവലിൽ ഒരു ചടയനുണ്ട്. അത് ശിവനായ നാരായണഗുരുവാണെന്നാണ് അദ്ദേഹം ഒരിക്കൽ സംഭാഷണമദ്ധ്യേ പറഞ്ഞത്. കനിഞ്ഞുകൊള്ളുവാൻ ഇളം പിറക്കൊഴുന്നിരുന്നു മിന്നുമുന്നതത്തലക്കുളം കവിഞ്ഞ കോമള ക്കുടം ചുമന്ന കുഞ്ജരം. മൃതിയുടെ വിഷം കുടിച്ച കറുത്ത ശിവന്റെ ജടയും ഗളവും ഭയപ്പെടുത്തുന്നതാണ്. അത് ഒരു കാളരാത്രി പോലെ ഭയങ്കരം. പക്ഷേ, കനിവരുളുന്നതിനായി ശിവന്റെ ജടയിൽ ഇളംപിറക്കൊ ഴുന്നിരുന്നു മിന്നുന്നുണ്ട്. ഇളം പിറക്കൊഴുന്ന് — നേരിയ ചന്ദ്രകല. ആ ചന്ദ്രകല ജടയുടെയും ഗളത്തിന്റെയും ഇരുളകറ്റി പ്രകാശം പ്രസരിപ്പിക്കുന്നു. ഉന്നതത്തലക്കുളം — ഉന്നതമായ തലയിലെ കുളം. ജലനിധി, ഗംഗ. മേഘാവൃതവ്യോമം പോലെ ഇരുണ്ട മുടിക്കെട്ടും ഗളവും ഓർക്കുമ്പോൾ ചന്ദ്രകലയുടെ പ്രകാശത്തിൽ പതഞ്ഞൊഴുകുന്ന ഗംഗയുടെ, സൗന്ദര്യത്തിന്റെ കോമളകുടം ചുമക്കുന്ന ഒരു കുഞ്ജരം — ആന — ആണ് ശിവൻ. ചന്ദ്രകലയുടെയും ഗംഗയുടെയും നെറ്റിപ്പട്ടം കെട്ടിയ കറുത്ത ആന. ഗംഭീരവും അസാധാരണവുമായ ഒരു കല്പനയാണിത്. ശിവനെ ഇപ്രകാരം വിഭാവനം ചെയ്യുന്നത് എന്റെ പരിചയത്തിലെവിടെ യുമില്ല.

"അരം തിളച്ചു പൊങ്ങുമാടലാഴി നീന്തിയേറി" അരം – വേഗം. ആടൽ – ദുഃഖം. ആഴി – സമുദ്രം. അതിവേഗം, അനുസ്യൂതം തിളച്ചുയരുന്ന സങ്കടങ്ങളുടെ സമുദ്രം നീന്തി അക്കരെക്കടന്ന്, പരമബോധത്തിന്റെ ആനന്ദത്തിലെത്തി, സമചിത്തതയുടെ സമതലത്തിലെത്തി, നിന്നെ, ശിവനെ കണ്ടു. അഴിഞ്ഞൊഴിഞ്ഞു നിന്ന നീ, അഴിഞ്ഞ്, ഇല്ലാതായി. ഒഴിഞ്ഞ്, മറഞ്ഞ്. സദാശിവദർശനം കിട്ടിയപ്പോൾ സദാശിവന്റെ സാകാ രരൂപം ഇല്ലാതായി. സായൂജ്യം, പരമബോധം മാത്രമായി. ചുരന്നു ചുഴവും ചൊരിഞ്ഞിടുന്ന സൂക്തി കണ്ടിരന്നു നിന്നിടുന്നിതെൻ മുടിക്കുചൂടുമീശ നെ. ചുരന്ന് – തുളച്ചു ചെന്ന്. ചുഴവും – ചുറ്റും. സൂക്തി സദ്‌വാക്കെ ന്നാണ് അർത്ഥമെങ്കിലും ഇവിടെ ശിവാനുഭവത്തിന്റെ നാദജ്ഞാനമെന്ന അർത്ഥമാണ് എടുക്കേണ്ടത്. നാദം ശൈവിസത്തിൽ ആദിയുടെ, സൃഷ്ടി യുടെ, ശ്രദ്ധയുടെ, പരമബോധത്തിന്റെ വാക്കാണ്. ഇപ്പോൾ ശിവൻ എന്റെ തലയിലാണുള്ളത്. എന്റെ ചുറ്റും തുളച്ചു കയറുന്ന ശിവന്റെ നാദ ത്തിനായി, വാക്കിനായി ഞാൻ ഇരന്ന് യാചിച്ചു നില്ക്കുകയാണ്. ശിവ നാദം നിലയ്ക്കല്ലേ എന്ന പ്രാർത്ഥന ഇവിടെയുണ്ട്. അതായത്, ശിവാ നുഭൂതിയുടെ മൗനധ്വനി.

ശനൈഃ പതുക്കെ, ദിനേശൻ – സൂര്യൻ, ഇന്ദു – ചന്ദ്രൻ, കന്ദുകം – പന്ത്. മണ്ണൊടെണ്ണുമീ ജനം – മണ്ണായി മാറുന്ന മനുഷ്യൻ. നിനയ്ക്കും – വിചാരിക്കുന്ന. ആദിദൈവം – ശിവൻ. സൂര്യനും ചന്ദ്രനും രണ്ടു പന്തു കളാണ്. അവ ഓരോ ദിവസവും ആകാശത്തിലുയർന്നുവന്ന് കാലമായി, കാലനായി ജീവികളെയും അണ്ഡരാശികളെയും കൊന്നുതിന്നുകൊണ്ടി രിക്കുന്നു. സൂര്യചന്ദ്രാദികളാകുന്ന പന്തുകളെ, കാലത്തിന്റെ ഈ പന്തു കളെ അമ്മാനമാടി കളിച്ചുകൊണ്ടിരിക്കുകയാണ് കാലകാലനായ ശിവൻ. ശിവനേ, അങ്ങ് കാലത്തിനു വിധേയരായ, മണ്ണിനു നേരായ ഞങ്ങളുടെ പ്രാർത്ഥനകളെ, ധ്യാനോദ്യമങ്ങളെ നിറവേറ്റിത്തരുന്നു. നമ്മുടെ ദൈവ ങ്ങളുടെ ചരിത്രത്തിൽ ആദിയിലുണ്ടായത് ശിവനാണ്. പിന്നീടാണ് മറ്റു ദൈവസങ്കല്പങ്ങൾ വന്നത്. അതുകൊണ്ട് ശിവൻ ആദിദൈവം.

ദൈവമേ നിനയ്ക്ക, നീയും ഞാനുമൊന്നു തന്നെയെന്നു കൈവരു ന്നതിന്നിതെന്നിയടിയനില്ല കാംക്ഷിതം. കൈവരുന്നതിന്നിതെന്നി, ഈ അവസ്ഥ കൈവരുന്നതിനല്ലാതെ, കാംക്ഷിതം – ആഗ്രഹം. ശൈവമൊ ന്നൊഴിഞ്ഞു മറ്റുമുള്ളതൊക്കെയങ്ങുമിങ്ങുമായ് വലഞ്ഞുഴന്നിടുന്ന വഴി യതും നിനയ്ക്കിൽ നീ. ദൈവമേ, ശിവനേ നീയും ഞാനും ഒന്നെന്ന അവസ്ഥ കൈവരണമെന്നതിനപ്പുറം എനിക്കൊരാഗ്രഹവുമില്ല. ശിവനിൽ സായൂജ്യം നേടണമെന്ന്. ശിവനായിത്തീരണമെന്ന്. വിഷം കുടിച്ച് ലോക സംഗ്രഹം സാധിക്കണമെന്ന്. ശിരസ്സിൽ ചന്ദ്രക്കല ചൂടി ലോകത്തിന് അമൃതകിരണം പകരണമെന്ന്. ഗംഗ ചൂടി ലോകത്തെ ആർദ്രമാക്കണ മെന്ന്. ശൈവേതരമായ വഴികളെല്ലാം അങ്ങുമിങ്ങുമായി വലഞ്ഞുഴലു കയാണ്. ആലോചിച്ചു നോക്കിയാൽ അവയുടെയും അന്തഃസത്തയായി രിക്കുന്നതും ശൈവം തന്നെയാണ്.

"നിനയ്ക്കലിന്ദുചൂഡനൊന്നുതന്നെ നീയൊഴിഞ്ഞു മറ്റെനിക്കു ദൈവമില്ല പൊൻവിളക്കിളയ്ക്കുമാഴിയേ", നിനയ്ക്കിൽ — ആലോചിച്ചാൽ, ചന്ദ്രചൂഡൻ — ശിവൻ, നീയൊഴിഞ്ഞ് — നീയല്ലാതെ, പൊൻവിള ക്കിളയ്ക്കും — പൊൻവിളക്കിന്റെ പ്രകാശത്തെ മങ്ങിപ്പിക്കുന്ന, ആഴി — തീക്കുഴി. ആഴിക്ക് സമുദ്രമെന്നൊരർത്ഥമുണ്ട്. ഇവിടെ ശിവൻ ജ്യോതിർസ്വരൂപനാകയാൽ തീക്കുഴി എന്ന അർത്ഥമാണ് ആഴിക്ക് ഡോ. ടി ഭാസ്കരൻ കൊടുത്തിരിക്കുന്നത്. ഏതായാലും ഇത് ദുരൂഹമായ ഒരു പദാന്വയമാണ്. മനം തുടങ്ങിയെണ്ണുമെണ്ണമൊക്കെനെക്കിനക്കിടും കനം കുറഞ്ഞ മേനിയേ, കനിഞ്ഞു വന്ന കന്നലേ. കന്നലേ — കരിമ്പേ. പൊൻവിളക്കിന്റെ പ്രകാശത്തെയും കെടുത്തുന്ന ജ്യോതിർ സ്വരൂപനേ, കനിവിന്റെ മധുരം തരുന്ന കരിമ്പേ എനിക്കു നീയല്ലാതെ വേറൊരു ദൈവമില്ല. മനസ്സുതൊട്ട് എണ്ണിയെണ്ണിപ്പോകാവുന്നതിനെയെല്ലാം നിന്റെ പ്രകാശം നെക്കി നക്കിടുന്നു, വാക്കും വ്യാഖ്യാനവും ഇല്ലാതാകുന്നു. ജ്യോതിസ്സിന് — ബോധം — കനമില്ല. അത് എല്ലാത്തിനേയും കനം കുറ ഞ്ഞതാക്കുന്നു. മഹാശൂന്യതയുടെ, നിർവ്വാണത്തിന്റെ അവസ്ഥയിലേക്കു കൊണ്ടുവരുന്നു.

'നിലം നിലിമ്പരാറു പാമ്പെലുമ്പൊടമ്പിളിക്കലത്തിലം വിളങ്ങിടുന്ന ചെഞ്ചിടയ്ക്കിടക്കണിഞ്ഞിടും', നിലം — സ്ഥലം, നിലിമ്പരാറ് — ആകാ ശഗംഗ, എലുമ്പ് — അസ്ഥി, അമ്പിളിക്കലത്തിലം — അമ്പിളിക്കലയാ കുന്ന എള്ളിൻപൂവ്. ചിലങ്ക കണ്ടു ചഞ്ചലപ്പെടും മുഖം മലർന്ന പൂങ്കു ലയ്ക്കു കുമ്പിടും പടിക്കിനി കനിഞ്ഞു കൂറു നീ. മലർന്ന — വിടർന്ന. കുമ്പിടും പടി കൂപ്പുമാറ്. കൂറു നീ; നീയരുളുക. ഗംഗയൊഴുകുന്ന നിന്റെ ചെഞ്ചിടയാകുന്ന ആകാശദേശവും അതിലെ പാമ്പും അസ്ഥിയും അമ്പി ളിക്കലയും ഗംഗയുടെ നൃത്തം ചവിട്ടുന്ന ചിലങ്കയും കണ്ടു പകച്ചു പോകുന്ന എന്റെ മുഖം, എന്റെ സങ്കല്പം, വിടർന്ന ഒരു പൂങ്കുലയായി നിന്നെ കണ്ടു കുമ്പിടാൻ പാകത്തിൽ എന്റെ ബോധത്തെ നിന്റെ ദയ മാറ്റി തീർത്താലും.

കനിഞ്ഞുമണ്ണുമപ്പുറം കലർന്ന കാറ്റൊടങ്ങണഞ്ഞു വിണ്ണിലന്നുമി ന്നുമൊന്നിരുന്നു മിന്നിടും. മണ്ണും ഭൂമിയും വെള്ളവും. അപ്പുറം — പിന്നീട്, അതിനുശേഷം, കലർന്ന — ചേർന്ന, കാറ്റൊടങ്ങണഞ്ഞു — വായുവി നോടു കൂടിച്ചേർന്ന്, അന്നും ഇന്നും — എന്നും, ഒന്നിരുന്ന് — ഒന്നിച്ചു ചേർന്നിരുന്ന്, മിന്നിടും — വിളങ്ങുന്ന, മണം കലർന്ന മേനിയേതതിന്നു നീ മലർന്നിടും മണിക്കു മാനമില്ല, മല്ലിടുന്നൊരല്ലുമില്ലിതിൽ. മണം കലർന്ന മേനി — സുഗന്ധമുള്ള ശരീരം, മലർന്നിടും — വിധേയമാകും, ലയിച്ചു ചേരും, മണി, രത്നം — ശിവൻ. മണിക്കു മാനമില്ല — ശിവന് അളവില്ല. മല്ലിടുന്നരല്ലുമില്ല — മഥിക്കുന്ന ദുഃഖമില്ല. മണ്ണ്, ജലം, കാറ്റ് മുതലായവയോടുകൂടി എന്നും ആകാശത്തിൽ പ്രകാശിച്ചുകൊണ്ടിരി ക്കുന്ന നീ, ശിവൻ പരമബോധത്താൽ സുഗന്ധവാഹിയായ ഏതു ശരീ രത്തിന്റെയും പ്രകാശമാണ്. ശിവൻ അളവില്ലാതെ പ്രകാശിക്കുന്ന രത്ന

മാണ്. അത് ഒന്നിനെയും എതിരിടുന്നില്ല.

'ഇതിൽ കിടന്നു കേണുവാണു നാൾ കഴിഞ്ഞിടുന്നിനിക്കിതിൽപ്പുരം നിനയ്ക്കിലെന്തുവന്നിടുന്നു സങ്കടം', ഇതിൽക്കിടന്ന് — കഷ്ടപ്പാടും ബുദ്ധിമുട്ടും നിറഞ്ഞ ജീവിതത്തിൽക്കിടന്ന്. ഇതിൽപ്പുരം — ഇതിനപ്പുറം. മതിക്കൊഴുന്നണിഞ്ഞിടുന്ന മന്നവാ, കനിഞ്ഞുമുമ്മതിക്കുടം കവിഞ്ഞു പായുമാറു ചൂടിയാടുനീ. മതി — ചന്ദ്രൻ. മതിക്കൊഴുന്ന് — ചന്ദ്രക്കല. മന്നവാ — പ്രഭോ, രാജാവേ. ഉമ്മതിക്കുടം — ബോധമാകുന്ന ചന്ദ്രന്റെ കുടം. ഇവിടെ കിടന്ന് കരഞ്ഞ് നാൾ കഴിക്കുന്ന എനിക്ക് എന്ത് സങ്കട മാണ് ഇതിൽപ്പുരം വരാനുള്ളത്. ശിവനേ നീ ചന്ദ്രകല ചൂടുന്ന പ്രഭുവാ ണ്, രാജാവാണ്. ജീസസ് ദൈവരാജ്യത്തിന്റെ പ്രഭുവായിരുന്നു, രാജാ വായിരുന്നു. ഗുരുവിനെ നാം വിളിച്ചിരുന്നത് സ്വാമി എന്നായിരുന്നു. സ്വാമി എന്നാൽ പ്രഭു, രാജാവ് എന്നൊക്കെയാണർത്ഥം. പ്രഭുവെന്നാൽ, രാജാ വെന്നാൽ മർദ്ദകനെന്നല്ല ഇവിടെ അർത്ഥം, രക്ഷകനെന്നാണ്, വിമോച കനെന്നാണ്, ദൈവമെന്നാണ്. പ്രഭോ നിന്റെ ചാന്ദ്ര — അമൃത — ബോധം എന്നിലും ഗംഗയാറുപോലെ കവിഞ്ഞൊഴുകുമാറ്, അമൃതകല ചൂടിയാ ടുക നീ.

'അടിക്കു പന്നിപോയി നിന്മുടിക്കൊരന്നവും പറന്നടുത്തു കണ്ടതില്ല നിന്നെയിന്നുമഗ്നിശൈലമേ', അടിയറ്റം കാണാൻ ഒരു പന്നിയായി വിഷ്ണു പോയി. നിന്മുടി, നിന്റെ മുകളറ്റം കാണാൻ ഒരന്നമായി, അരയ ന്നമായി ബ്രഹ്മാവ് പറന്നു പൊങ്ങി. എടുത്തു നീ വിഴുങ്ങിയെന്നെയിന്ദ്രി യങ്ങളോടുടൻ നടിച്ചിടും നമഃശിവായ നായക, നമോസ്തുതേ. ആദ്യത്തെ രണ്ടുവരികളിലൊരു കഥയാണുള്ളത്. ശിവന്റെ ജ്യോതിർസ്വരൂപത്തിന്റെ അടിയറ്റം കാണാൻ വിഷ്ണു പന്നിയായി പ്രപഞ്ചം തുരന്ന് കീഴോട്ടു പോയി. മുകളറ്റം കാണാൻ ബ്രഹ്മാവ് അരയന്നമായി പറന്നുപൊങ്ങി. വിഷ്ണു അടിയറ്റവും കണ്ടില്ല. ബ്രഹ്മാവ് മുകളറ്റവും കണ്ടില്ല. ഇത് വെറു മൊരു കഥ, പരമബോധത്തെ പ്രതീകവല്ക്കരിച്ച്, ദൃശ്യവല്ക്കരിച്ച്, സാധാരണക്കാർക്ക് അനുഭവത്തിന്റെ ഒന്നാംപാഠം നല്കാനുള്ളത്. ശിവ ബോധത്തിന്റെ, ആദിയും അന്തവും ആരംഭവും അവസാനവും ദിശകളും സ്ഥലവും കാലവും കണ്ടെത്താനാവില്ല എന്നാണ് ആ കഥയുടെ പൊരുൾ. വിഷ്ണുവും ബ്രഹ്മാവും തോറ്റിടത്ത് ഗുരു ജയിക്കുന്നു. ഗുരു വിനെ ശിവൻ പഞ്ചേന്ദ്രിയങ്ങളടക്കം വിഴുങ്ങിയിരിക്കുന്നു. എന്നിട്ട് ശിവൻ നടനം ചെയ്യുകയാണ്. ഗുരുവിന്റെ ശിവബോധം ആനന്ദനൃത്തത്തിലാണ് എന്നർത്ഥം. അത് അതിന്റെ നിറവിലാണ്, സമ്പൂർണ്ണതയിലാണ് എന്നർത്ഥം. ഗുരു പരമബോധത്തിന്റെ കവിയാണ്. ശാസ്ത്രജ്ഞനാണ്, പ്രവാചകനാണ്.

5

മനനാതീതത്തിന്റെ മാനങ്ങൾ

മനനാതീതമെന്നും വൈരാഗ്യദശകമെന്നും അറിയപ്പെടുന്ന ശ്രീനാരായണഗുരുവിന്റെ കൃതിയെക്കുറിച്ച്

ബുദ്ധൻ മാരനെതിരെ നടത്തുന്ന പോരാട്ടം പ്രശസ്തമാണ്. കാമങ്ങളെന്ന ബുദ്ധത്വത്തെയാണ് മാരനെയ്താൽ മുറിയാത്ത മനഃശോഭ എന്നു കവി പറയുന്നത്. അത് ആത്മീയ സൗന്ദര്യവുമായുള്ള രമിക്കലാണ്. അത് ബോധം കേവലബോധവുമായി നടത്തുന്ന വേഴ്ചയാണ്. അത് ഉടലിനപ്പുറത്താണ് മനോഹരമായി സംഭവിക്കുന്നത്. ഉടലിന്റെ കാമങ്ങൾക്കപ്പുറത്താണ് അത് ഒരു ചെന്താമരപോലെ വിരിഞ്ഞു പ്രകാശം പരത്തുന്നത്.

സുഖത്തിന്റെ അധോതലങ്ങളെയാണ് നാം കാമങ്ങൾകൊണ്ട് ഊട്ടുന്നത്. കാമമെന്ന വാക്കുകൊണ്ട് ലൈംഗികതയുടെ അർത്ഥപ്രതീതി മാത്രമല്ല ഉണ്ടാകുന്നത്. സകല ആഗ്രഹങ്ങളെയും ആ വാക്കുകൊണ്ടു കുറിക്കാം. ആഗ്രഹങ്ങളും അവയുടെ നിവൃത്തിയും കൊണ്ടുവരുന്ന ഒരു സുഖമുണ്ട്, സൗന്ദര്യമുണ്ട്, ഇന്ദ്രിയങ്ങളിലൂടെയാണ് അത് നിറവേറ്റപ്പെടുന്നത്. ലൗകികസുഖമാണത്. ഇവിടെ ലൗകികമെന്ന വാക്കിന് ലോകത്തെ സംബന്ധിച്ച എന്ന അർത്ഥമാണ് സാധാരണ എടുക്കാറ്. അത് ഭാഗികമായി ശരിയാണ്. പക്ഷേ, ലോകവും ആത്മീയതയും രണ്ടും രണ്ടാണ്, തമ്മിലൊരിക്കലും പൊരുത്തപ്പെടുകയില്ല എന്നൊക്കെയുള്ള അബദ്ധ ധാരണകളും അത് സൃഷ്ടിക്കുന്നുണ്ട്. ലോകം, ലൗകികം എന്നീ വാക്കുകൾക്ക് ആത്മീയ സാഹിത്യത്തിൽ ഉപരിപ്ലവം (Trivial) എന്ന അർത്ഥമാണെടുക്കേണ്ടത്.

ഇന്ദ്രിയങ്ങളിലൂടെ നാമനുഭവിക്കുന്ന ലോകം ഒരു വലിയ നുണ

യാണ്. അത് നല്കുന്ന സുഖം ഒരു വലിയ മരീചികയാണ്. അതിന പ്പുറം അറിയലിന്റെ നിറഞ്ഞ ഒരു ലോകമുണ്ട്. ഒരു സുഖമുണ്ട്. ആനന്ദ മുണ്ട്. അതാണ് സൗന്ദര്യാനുഭവം. ഈ ലോകം തന്നെ. ഈ ഉടലും ഇന്ദ്രിയങ്ങളും തന്നെ. പക്ഷേ, ഈ ലോകത്തിന്റെ സത്യാനുഭവം ഇതല്ല. ഈ ഉടലിന്റെ സത്യാനുഭവം ഇതല്ല, ഇതിനപ്പുറമാണ്. അപ്പോൾ ഇപ്പോ ഴനുഭവിക്കുന്ന ലോകമല്ല ഉള്ളത്. അത് അനന്തമായ അറിയലിന്റെ ലോക മാണ്. സൗന്ദര്യാനുഭവത്തിന്റെ ലോകമാണ്. ആനന്ദത്തിന്റെ ലോകമാ ണ്. അതാണ് സത്യവും ശിവവും സുന്ദരവുമായ ലോകം. അതനുഭവി ക്കാൻ ഇന്ദ്രിയങ്ങളിലൂടെ ഇന്ദ്രിയാനുഭവവും കടന്നുപോണം. അതു പക്ഷേ, ഇന്ദ്രിയാനുഭവങ്ങളെ നിരാകരിക്കലല്ല. അതിനപ്പുറം അതിന്റെ സ്രോതസ്സു കണ്ടെത്തലാണ്. ആരു കാണുന്നു, ആരു കേൾക്കുന്നു, ആരു മണക്കുന്നു, ആരു രുചിക്കുന്നു, ആരു തൊടുന്നു എന്ന അറിയലാണ്. ഒടുവിലൊരു നിരപേക്ഷമായ ആധാരത്തിലമർന്ന് (absolute base) വില യിക്കലാണ്.

ലോകത്തിലെ എല്ലാ സുന്ദരവസ്തുക്കളിലും വച്ച് ഏറ്റവും സുന്ദര മായത് സ്ത്രീസൗന്ദര്യമാണ്, കാണാനേറ്റവും സുഖമുള്ളത്. ഹിമാലയ ത്തിലെ മാനസസരോവരത്തിന്റെ സൗന്ദര്യത്തേക്കാളും ഭ്രമിപ്പിക്കുന്ന താണ് സ്ത്രീയുടെ സൗന്ദര്യം. കിളിമൊഴിയേക്കാളും കേൾക്കാനിമ്പമു ള്ളതാണ് സ്ത്രീയുടെ ശബ്ദം. ഏത് വസന്തത്തിന്റെ സുഗന്ധത്തേ ക്കാളും മത്തുപിടിപ്പിക്കുന്നതാണ് സ്ത്രീയുടെ മണം. ഏത് മാർദ്ദവത്തേ ക്കാളും മധുരമായ മാർദ്ദവം തരുന്നതാണ് സ്ത്രീസ്പർശം. ഏറ്റവും വലിയ ഐന്ദ്രിയ രസാനുഭവവും സ്ത്രീരസാനുഭവമാണ്. യോഗസാധ നകളുടെയെല്ലാം ആത്മീയതയുടെയും ആധാരപ്രതീകമായിരിക്കുന്നത് സ്ത്രീപുരുഷ സംയോഗത്തിന്റെ ചിഹ്നവ്യവഹാരങ്ങളാണ്.

വലിയ കവികളും ചിത്രകാരന്മാരും ശില്പികളും അനശ്വരമാക്കിയ സ്ത്രീസൗന്ദര്യമുണ്ട്. ഇന്ദ്രിയങ്ങളിലൂടെയാണ് നാം അവയെ അറിയു ന്നതെങ്കിലും അവയുടെ സൗന്ദര്യാനുഭവം നടക്കുന്നത് ഇന്ദ്രിയങ്ങൾക്ക പ്പുറത്തെവിടെയോ വച്ചാണ്. ഭാഷയും കാഴ്ചയും അതിനെ ഐന്ദ്രിയപ രിധിക്കപ്പുറം കൊണ്ടുചെന്നു നിറുത്തുന്നു. സ്ത്രീയുടെ ആത്മരഹസ്യ മാണ് അവർ വാക്കുകളിലും വരകളിലും ആവിഷ്കരിച്ചിരിക്കുന്നത്. അതി നപ്പുറം വിശ്വപ്രകൃതിയുടെ സൗന്ദര്യലഹരിയാണത്. ലൗകികമായ സ്ത്രീയനുഭവത്തിനപ്പുറം മഹാത്രിപുരസുന്ദരിയുടെ അനുഭവമാണ്, ആനന്ദമാണ് അതുകൊണ്ടു വരുന്നത്. അതാണ് ശിവന് ശക്തി പക രുന്ന പാതി മെയ്യ്. ശിവൻ — പുരുഷൻ, സ്ത്രീ, ശക്തിയായ പ്രകൃതി, വിശ്വം. പുരുഷനും പ്രകൃതിയും, ചൈതന്യവും ദ്രവ്യവും അല്ലെങ്കിൽ എനർജിയും മാറ്ററും സംയോഗം ചെയ്താണ് തുടരുന്നത് — വാക്കും അർത്ഥവും പോലെ. അതാണ് അർദ്ധനാരീശ്വര സങ്കല്പം. ആ സങ്കല്പം ബാഹ്യമായ ഒരു സ്ത്രീപുരുഷ സംയോഗരൂപം അടയാളപ്പെടുത്തു ന്നുണ്ട്. രൂപരഹിതമായ, അമൂർത്തമായ സത്തകളുടെ സംയോഗവും

സൃഷ്ടി സ്ഥിതിലയ രഹസ്യവും കൂടി അത് ധ്വനിപ്പിക്കുന്നു. അറിവാണ് ശിവൻ. അത് അവസാനിക്കുന്നില്ല. അത് സദാത്മകമായ ഉണർവ്വാണ്. ഉദയാസ്തമനങ്ങളില്ലാതെ തുടരുന്നത്. അതാണ് മിസ്റ്റിക്കുകളുടെ, സെയിന്റുകളുടെ അനുഭവം.

വിശ്വപ്രകൃതിക്ക് ശിവനിലേക്കുള്ള വികാസം, കയറ്റം നൈസർഗ്ഗികം. അപ്പോഴാണ് അക്കമഹാദേവി കൗശികമഹാരാജാവിന്റെ പട്ടമഹിഷീപദം നിരസിച്ച് മല്ലികാർജ്ജുനന്റെ കാമുകിയാവുന്നത്. മീര രാജപത്നീപദം വെടിഞ്ഞ് വൃന്ദാവനത്തിലെ രാധയാവുന്നത്. കൃഷ്ണന്റെ വധുവാകു ന്നത്. മാണിക്ക വാചകർ സ്വയം കാമുകിയായി ശിവസംഗമത്തിനു കൊതി ക്കുന്നത്. അവിടെ ശരീരമില്ല, അതിന്റെ സൗന്ദര്യമില്ല, കാമങ്ങളില്ല, കാമ ങ്ങളുടെ പൂരണമില്ല.

തികച്ചും ഭൗതികമായ ഒരന്വേഷണം നടക്കുന്നുണ്ട്. അതാണ് ശാസ്ത്രം — സയൻസ്. മറ്റൊന്ന് ആത്മീയതയും. രണ്ടും രണ്ടു വഴി കൾ. രണ്ടു വഴിയാണെന്നത് ശരി, ചെന്നെത്തുന്നതോ? ഒരേകബിന്ദുവി ലല്ലെന്നുവരുമോ? അറിവിന് അവസാനമില്ല. ഏകവും അനേകവും അറി വിന്റെ കളത്തിലെ കരുക്കൾ.

ശ്രീനാരായണഗുരു ഇവിടെ കാമിനീ ഗർഹണം നടത്തുകയയാണ്. കാമിനി — സ്ത്രീ. ഇവിടെ കാമങ്ങളുടെ ആഗ്രഹങ്ങളുടെ സിംബലാ യാണ് വരുന്നത്. തലയും മുലയുമുയർത്തി വരുന്ന സ്ത്രീകളുടെ പിടി യിൽനിന്ന് മോചിപ്പിക്കണേ എന്ന് ശിവനോട് ഗുരു പ്രാർത്ഥിക്കുന്നു. ഇത് ഗുരുവിന് നേരിടേണ്ടിവന്ന വ്യക്തിപരമായ സംഘർഷമാകാമെന്ന് ചിലർ കരുതുന്നുണ്ട്. ലോകത്തിലെ പല വലിയ സെയിന്റുകളും മഹാപുരുഷ ന്മാരും കാമത്തിന്റെ (sex) പ്രലോഭനങ്ങളിൽനിന്ന് വിടുതി കിട്ടാനായി പൊരുതിയിട്ടുണ്ട്. അതല്ല ഇന്ത്യയിലെ ഭക്തകവികൾ പൊതുവെ നട ത്തിയിട്ടുള്ള 'സ്ത്രീ നിന്ദ'യാണിതെന്നും വാദമുണ്ട്.

രണ്ടായാലും ഗുരുവിന്റെ മഹത്ത്വത്തിനോ മഹസ്സിനോ ഒരു കുറവും വരുന്നില്ല. *വൈരാഗ്യദശകം, ശിവശതകം, മനനാതീതം* തുടങ്ങിയ കൃതി കളിലുള്ള ഇത്തരം പരാമർശങ്ങൾ വാസ്തവത്തിൽ സ്ത്രീ നിന്ദ — സ്ത്രീ വർഗ്ഗത്തോടുള്ള നിന്ദ — യല്ല. സ്ത്രീ ഇവിടെയെല്ലാം നമ്മ വിഭ്രമിപ്പി ക്കുന്ന, നമ്മുടെ സമചിത്തതയുടെ താളം തെറ്റിക്കുന്ന കാമങ്ങളുടെ പ്രതീ കമാണ്. ഗുരു ഒരിക്കലും ഒരു സ്ത്രീ വിരുദ്ധനായിരുന്നില്ല. സ്ത്രീകളെ ഒരു രംഗത്തുനിന്നും തള്ളിപ്പറഞ്ഞിട്ടില്ല. സ്ത്രീപുരുഷസമത്വത്തിന്റെ സമീക്ഷയാണ് ഗുരു അരുളിയതെന്ന് ഗുരുവിനെ സമഗ്രമായി മനസ്സിലാ ക്കുമ്പോൾ നമുക്ക് ബോധ്യപ്പെടും. അല്ലെങ്കിൽ സ്ത്രീ പുരുഷ സംയോഗ വിരുദ്ധതയാണോ ആത്മീയത?

സുന്ദരിമാരോടുകൂടി — അതായത് കാമങ്ങളിൽപ്പെട്ട് — നിന്റെ സത്യവും ശിവവും സുന്ദരവുമായ ലോകം മനസ്സിലാക്കാനാകാതെ ഞാനി വിടെ കിടന്ന് അസ്വസ്ഥനും അശാന്തനുമായി വലയുന്നു. പ്രേമത്തിന്റെ ഗംഗ ശിരസ്സിലണിയുന്ന നിന്റെ സൗന്ദര്യത്തിന്റെ ആഴം നുകരാതെ,

നിന്നെ മറന്ന് അതിബാഹ്യഭംഗികളിൽ ഭ്രമിച്ചു കഴിയുന്ന വിഡ്ഢിയായ ഞാനെന്തിനാണ് ജീവനോടെ ഇങ്ങനെ ഇരിക്കുന്നത്?

ലോകത്തിന്റെ അതിബാഹ്യസൗന്ദര്യങ്ങളോടുള്ള കാമം ശിവനെ വിസ്മരിക്കുന്നതുകൊണ്ടാണ് ഉണ്ടാകുന്നത്. അതായത് യഥാർത്ഥ സൗന്ദര്യം അറിയാത്തതുകൊണ്ട്. അതിനു മരുന്നുണ്ട്. ശിവനാമവും ശിവ നണിയുന്ന ചാരവും. ശിവനാമം ശിവചൈതന്യത്തെ പ്രതിനിധാനം ചെയ്യുന്നു. സത്യവും ശിവവും സുന്ദരവുമായ അറിവിനെ പ്രതിനിധാനം ചെയ്യുന്നു. പരമബോധത്തെ പ്രതിനിധാനം ചെയ്യുന്നു. വിഭൂതി — ഭസ്മവും അറിവിനെ സൂചിപ്പിക്കുന്ന ഒരു പ്രതീകമാണ്. ലോകത്തിന്റെ നിസ്സാരതകളിൽനിന്ന് ഉയർന്ന് ലോകത്തിന്റെ യാഥാർത്ഥ്യത്തെക്കുറി ച്ചുള്ള അറിവ് നേടുന്നതിനെക്കുറിച്ചാണ് ഗുരു ഇവിടെ പറയുന്നത്.

കാമം ഉപരിപ്ലവമായ അറിവാണ്. അത്തരം അറിവുകളുടെ ആക്രമ ണത്തിൽനിന്ന് നമുക്കു പലപ്പോഴും രക്ഷനേടാനാവുന്നില്ല. അത്തരം അറി വുകളുടെ, ഭ്രമങ്ങളുടെ പിടിയിൽ അകപ്പെട്ട് അസ്വതന്ത്രരായി നാം വല യുകയാണ്. ശിവപാദം ഉയർന്ന ബോധമാണ്, അറിവാണ്.

കാമങ്ങളുടെ പ്രതീകമായി ഇവിടെ ഗുരു എടുക്കുന്നത് സ്ത്രീ സൗന്ദ ര്യത്തെയാണ്. അത് ആരെയും വശീകരിക്കും. ആരെയും അസ്വതന്ത്ര നാക്കും, അതുകൊണ്ട്.

നാലാം ശ്ലോകത്തിൽ ഒരു സ്ത്രീയുണ്ട്. മനോഹരമായ മുഖം, മനോ ഹരമായ കണ്ണുകൾ, ഉയർന്നു നില്ക്കുന്ന മുലകൾ, കലങ്ങി മറിഞ്ഞൊ ഴുകുന്ന സമുദ്രംപോലെ കാമമോഹിനിയായി അവൾ വഴിക്ക് കുറുകെ ഒഴുകിയെത്തുകയാണ്. അങ്ങനെയെത്തുന്ന കാമമോഹനികളോടൊ ത്താണ് നാം പാർക്കുന്നത്. ഇത് യഥാർത്ഥ സൗന്ദര്യവുമായുള്ള രമിക്ക ലല്ല, ലയമല്ല, ഇത് കാമങ്ങളുടെ വിഭ്രാമകലോകമാണ്. അതിനപ്പുറ ത്താണ് യാഥാർത്ഥ്യത്തിന്റെ സൗഖ്യമിരിക്കുന്നത്. സത്യവും ശിവവും സുന്ദരമായത്.

അഞ്ചാം ശ്ലോകത്തിന്റെ ആദ്യത്തെ രണ്ടു വരികളിലൊരു ചിത്രവും മൂന്നാമത്തെയും നാലാമത്തെയും വരികളിൽ മറ്റൊരു ചിത്രവും ഗുരു വരച്ചിട്ടിരിക്കുന്നു. ആദ്യചിത്രം കാമത്തിന്റെ വേടൻ വല വളച്ചുകെട്ടി അക ക്കിളിയെ പിടിക്കുന്നതാണ്. രണ്ടാം ചിത്രത്തിൽ അകക്കിളിയെ വലവച്ച് പിടിക്കുന്ന കാമത്തിന്റെ വേടൻ ചുരുണ്ട മുടിയുള്ള സുന്ദരികളുടെ കാത രമായ നോട്ടങ്ങളായി മാറുന്നു. ചലച്ചിത്രത്തിലെന്നപോലെ കവിതയിലി വിടെ ഒരു ബിംബത്തിന് വേഷപ്പകർച്ച സംഭവിക്കുന്നു.

എന്റെ ചുറ്റും വന്നു വളയുന്ന കാമങ്ങളെ തടഞ്ഞുകൊണ്ട് ഒരിക്കൽ നീ (ശിവൻ) എന്നിലേക്ക് എത്തുമെന്ന ഒരറിവ് എനിക്കിപ്പോഴുമുണ്ട്. ഭ്രമ ങ്ങളിൽപ്പെടാതെ എന്റെ മനസ്സ് ഇവിടെ നിനക്കുവേണ്ടി കേഴുന്നു.

ഇണക്കം കാണിച്ച് മുലകളിലുക്കി വന്ന് ജീവനെടുത്തുപോകുന്ന കാമങ്ങളുടെ പടത്തലവിമാരോട് ഉള്ള എന്റെ പേടി പെരുകിവരുന്നു. മണം മുതലായ ഇന്ദ്രിയാനുഭവങ്ങളിലാണ് ഈ പടത്തലവിമാർ വിളയാടി വരു

ന്നത്. ഇവരോട് സ്വപ്നത്തിൽപ്പോലും എനിക്ക് യോജിക്കാനാവില്ല.

എനിക്ക് ശിവന്റെ അരുളുമായി ഇണങ്ങണം. കാമങ്ങളുടെ പിണ ങ്ങളുമായല്ല ഇണങ്ങേണ്ടത്. കാമങ്ങൾക്ക് ജീവനില്ല. ജൈവ പ്രകൃതി ശൈവമാകുന്നു. കാമങ്ങളെ ചുറ്റിപ്പിടിച്ച് കെട്ടിപ്പുണരുന്ന വലിയ ഭ്രാന്ത്, ഭ്രമം അപ്പാടെ ഇല്ലാതാകണം. ഇന്ദ്രിയാനുഭവങ്ങളിലുള്ള ഭ്രമവും ഇല്ലാ താകണം. ഇന്ദ്രിയാനുഭവങ്ങളാണ് കാമങ്ങളുമായുള്ള സംഗം കൊണ്ടു വരുന്നത്.

ഇടയ്ക്കിടെ മിന്നിമറയുന്ന കണ്ണുകളുമായി ഒരു തെറിച്ച പെൺകുട്ടി എന്നെ പാട്ടിലാക്കിയിരിക്കുന്നു. അവളുമായി പെരുമാറുന്നതിനിടയ്ക്ക് അതെല്ലാം വെറുത്ത് ശിവനെ നിന്നോടൊപ്പം ചേരാൻ നിനക്കെഴുതിയി രിക്കുകയാണ് ഞാൻ. ഇവിടെ ഗുരുവിന്റെ ജീവിതാനുഭവത്തിന്റെ അംശ മില്ലേയെന്ന് സംശയിച്ചു പോകാവുന്നതാണ്.

ഒമ്പതും പത്തും ശ്ലോകങ്ങൾ അതിമനോഹരമായിരിക്കുന്നു. ഇനി ചഞ്ചലാക്ഷിമാരോടൊത്ത് എന്നെ അയക്കരുതേ. അവരുടെ പൊൻകൈ ത്തളിരിണകളുടെ ഭൂമിയിലെ മയക്കത്തിൽനിന്ന് എനിക്കുണരണം. എനിക്ക് നിന്റെ മണിമേനിയുമായി ചേരണം. കാമാന്തകാ, ഇനിയും എന്നെ കാമങ്ങൾക്കു വിട്ടുകൊടുക്കരുത്. ഒരുപാടർത്ഥങ്ങളുടെ, അർത്ഥാന്തര ങ്ങളുടെ, മനനത്തിന്റെ, ധ്യാനത്തിന്റെ ഒരുപാടാകാശങ്ങളെ അപ്പുറത്തെ വിടെയോ കാട്ടിത്തരുന്ന ഒരു കൃതിയാണിത്. ഈ കൃതിയുടെ കാവ്യ സൗഭഗം, ഭാഷ, ധ്വനി, രംസം തുടങ്ങിയവ പറയാൻ വേറെ എഴുതണം. ലേഖനങ്ങൾ എത്ര തവണ വായിച്ചാലാണ്, എത്ര ആലോചിച്ചാലാണ് ഗുരുവിനെ നമുക്ക് തൊടാനാവുന്നത്, ഗുരു അകലുന്ന ചക്രവാളം അടു ത്തെന്നനുഭവപ്പെടുന്നത്.

6

ജീവിതം തന്നതിന് ഒരു നന്ദിപ്രകടനം

ശ്രീനാരായണഗുരുവിന്റെ *പിണ്ഡനന്ദി* എന്ന കൃതിയെക്കുറിച്ച്

ആൽബർട്ട് ഐൻസ്റ്റീൻ തന്റെ അവസാനകാലം ചെലവഴിച്ചത് ഫിസിക്സിലെ നാലുബലങ്ങൾ സംയോജിക്കുന്ന ഒരേക കാരണം, ഏക ഇടം — unified field theory — കണ്ടെത്തുന്നതിനാണ്. കണ്ടെത്തിയില്ല. അതിനുമുമ്പേ അദ്ദേഹം അന്തരിച്ചു. പിന്നെയും നൂറുകൊല്ലം കൂടി അദ്ദേഹം ജീവിച്ചിരുന്നെങ്കിലോ. നമുക്കു സങ്കല്പിച്ചുനോക്കാം. ചില പ്പോൾ ഒരുകൊല്ലത്തിനകം അദ്ദേഹം അത് കണ്ടെത്തിയെന്നിരിക്കും. ചില പ്പോൾ നൂറുകൊല്ലം കഴിഞ്ഞും കണ്ടെത്താതെ ചത്തുപോയെന്നിരിക്കും. കണ്ടെത്തിയിരുന്നെങ്കിൽ വേദാന്തത്തിലെ ബ്രഹ്മംപോലെ, താവോയിസ ത്തിലെ താവോപോലെ, ബുദ്ധിസത്തിലെ ധർമ്മകായനെപ്പോലെ, ക്രൈസ്തവതയുടെ പരിശുദ്ധാത്മാവുപോലെ, ഇസ്ലാമിന്റെ പോലെ ശാസ്ത്രവും ഒരവസാനത്തിലെത്തി നില്ക്കാമായിരുന്നോ? പ്രാർത്ഥിക്കാ മായിരുന്നോ? ധ്യാനിക്കാമായിരുന്നോ? പക്ഷേ, ശാസ്ത്രത്തിന്റെ തലേ ലെഴുത്ത് അതല്ല. ഒരാത്യന്തിക സത്യം അതിനു വിധിച്ചിട്ടില്ല.

വേദാന്തത്തിലെ ബ്രഹ്മം സത്തുമല്ല, അസത്തുമല്ല. അത് ശൂന്യത യാണെന്ന് *ഛാന്ദോക്യോപനിഷത്ത്.* ആത്യന്തിക സത്യം ഒരു മഹാശൂ ന്യതയാണെന്ന് ബുദ്ധിസം. താവോ രൂപരഹിതവും ശൂന്യവുമാണെന്ന് ഹുവാൻത്സേ. അത് ശൂന്യമായ താഴ്വാരമാണ്, ഒഴിഞ്ഞ പാത്രമാണ് എന്നൊക്കെ ലാവോത്സേ. ഫിസിക്സിസ്റ്റുകളുടെ ക്വാണ്ടം ഫീൽഡും ശൂന്യതയോ? ഈ ശൂന്യതയിൽ നിന്നത്രേ അനേകകോടി ഗ്രഹതാര കളും ജീവിതവും അവയുടെ രൂപങ്ങളും ഉണ്ടായി വരുന്നത്. എന്തൊര ത്ഭുതം. ഇല്ലായ്മയിൽനിന്ന് ഇതെല്ലാം ഉണ്ടായെന്നോ. ഇവിടെ പറയുന

ഇല്ലായ്മ — ശൂന്യത — ഇല്ലാത്തതല്ല. ഉണ്മയുടെ അതീവസൂക്ഷ്മ ഭാവ തലമാണതെന്നും അഭിപ്രായമുണ്ട്.

നാം ജനിക്കുന്നതിനു മുൻപ് നാം കഴിഞ്ഞിരുന്ന ഒരു മറുതീരമുണ്ട്, അമ്മയുടെ ഗർഭപാത്രം. അവിടെ ആകാശമോ സൂര്യനോ ചന്ദ്രനോ നക്ഷ ത്രങ്ങളോ ഉണ്ടായിരുന്നില്ല. അവിടെ അച്ഛനോ അമ്മയോ ബന്ധുക്കളോ ഉണ്ടായിരുന്നില്ല. അവിടെ സുഖമായിരുന്നുവോ ദുഃഖമായിരുന്നുവോ. അറി യില്ല. ഓർക്കുന്നില്ല ആരും. അതിനുമുമ്പ് നാം എവിടെയായിരുന്നു എന്ന ചോദ്യം നമ്മെ അജ്ഞതയുടെ അന്തരാളത്തിലാണെത്തിക്കുന്നത്. നാം അച്ഛന്റെ ബീജത്തിലും അമ്മയുടെ അണ്ഡത്തിലുമായിരുന്നോ. അതോ മഹാശൂന്യതയുടെ അഗാധമായ പൂജ്യത്തിലോ. ആദിയുടെ ശൂന്യതയെ ക്കുറിച്ച് അരബിന്ദോ തന്റെ *സാവിത്രി* എന്ന ദീർഘകാവ്യത്തിലിങ്ങനെ പറയുന്നു.

മഹാന്ധകാരത്തിന്റെ മനസ്സ്. വിളക്കുകൾ തെളിയാത്ത അനശ്വര തയുടെ അമ്പലം. അശരീരമായ അനന്തതയുടെ ആഴം. നിലയില്ലാക്കയ ത്തിന്റെ പൂജ്യം. ഇല്ലായ്മയുടെ ആദ്യത്തിന്റെയും അവസാനത്തിന്റെയും മദ്ധ്യസ്ഥാനം.

അച്ഛന്റെ ബീജവും അമ്മയുടെ അണ്ഡവും ഒന്നായി ആനന്ദത്തിന്റെ ഒരു ബിന്ദുവായി യോനീനാളത്തിലൂടെ അമ്മയുടെ ഗർഭപാത്രത്തിലെ ത്തുമ്പോൾ ജീവന്റെ തുടിപ്പ് പിറക്കുന്നു. രതിയും വിരതിയും ശബ്ദവും നിശ്ശബ്ദതയും നിരന്തരതയും നിശ്ചലതയും ചേരുന്ന നിമിഷം. സൃഷ്ടി പ്രക്രിയയ്ക്ക് ജീവജാലം നല്കുന്ന ദൃഷ്ടാന്തം.

ശ്രീനാരായണഗുരുവിന്റെ *പിണ്ഡനന്ദി* എന്ന കൃതിയുടെ ഉള്ളടക്കം വേദാന്തസമ്മതമല്ല. വേദാന്തം ജനനമരണങ്ങളുടെ അറുതിയെയാണ് ദാർശനികവല്ക്കരിക്കുന്നത്. വേദാന്തത്തിന് ജീവിതം ഭവസാഗര — സം സാര സാഗര — മാണ്. അത് ദുഃഖഭരിതം. മായയും വിഭ്രമവുമാണത്. അതിനെ തരണം ചെയ്യലാണ് മോക്ഷം. ഗുരു ജീവിതത്തിലേക്ക്, സംസാ രത്തിലേക്ക് തന്നെ വളർത്തിവിട്ട പരമേശ്വരന്, ശംഭുവിന്, ദൈവത്തിന്, അജ്ഞേയതയുടെ അപരിമേയതയ്ക്ക് നന്ദി പറയുകയാണ് ഇവിടെ ചെയ്യുന്നത്.

ശിവസ്തുതി കൃതജ്ഞതയുടെ സ്വരമഞ്ജരികളായാണ് *പിണ്ഡനന്ദി* യിൽ വിടരുന്നത്. ഇങ്ങനെയൊരു സ്തോത്രം അപൂർവ്വം. ഏറ്റവും നിരാ ലംബമായ മനുഷ്യാവസ്ഥയാണിതിലെ പ്രമേയം. ഗർഭസ്ഥഘട്ടം, നാസ്തി കനുപോലും ഇവിടെ ദൈവത്തിന്റെ കാരുണ്യം നിഷേധിക്കാൻ കഴി യാതെ വരുന്നു. ഒരു സഹൃദയന് തൊഴുകൈയോടെ പരമേശ്വരനെ സ്തോത്രം ചെയ്തുകൊണ്ടല്ലാതെ ആ ഘട്ടം സങ്കല്പിക്കാനാവില്ല. അസാധാരണമായ ഒരു വൈകാരികാനുഭവം നല്കുന്ന കൃതിയാണിത്.

ഗർഭത്തിൽവച്ച് എന്റെ പിണ്ഡം വളർത്തിയെടുത്ത കൃപാലു ആരാണ്? ഗുരു പറയുന്നു. അത് ശിവനാണ്. ശിവഭഗവാനാണ്. അന്ന് എനിക്ക് ദൈവബോധമില്ല, ശിവബോധമില്ല, അതുകൊണ്ട് ദൈവമേ

നിന്നെ ഓർത്തിട്ടില്ല, സ്തുതിച്ചിട്ടില്ല, ഞാനപേക്ഷിച്ചിട്ടില്ല, എന്നെയൊന്നു രക്ഷിക്കണേ എന്ന്. എന്നിട്ടും നീ എന്റെ മേൽ നിന്റെ കാരുണ്യം വച്ചു. നീ കല്പിക്കുന്നതുപോലെയേ എല്ലാം നടക്കൂ. നിന്നിലർപ്പിക്കുകയാണ് സകലതും ഞാൻ. എനിക്കു നിന്റെ അഹേതുകമായ കൃപയിൽ വിശ്വാ സമുണ്ട്. ഞാനിപ്പോൾ നിന്നെ സ്തുതിച്ചാലും ഇല്ലെങ്കിലും നീ വിചാരി ക്കുന്നതുപോലെയേ വരൂ എന്നൊരു സ്വരം ഗുരു ഇവിടെ ഒളിപ്പിക്കുന്നുണ്ട്.

മണ്ണും ജലവും കനലും അംബരവും കാറ്റും എണ്ണിപ്പിടിച്ചെടുത്ത് ഗർഭാശയമെന്ന അറയിലിട്ട് എരിയും കൊളുത്തുന്നു. കനലിന് തീയെന്നും അംബരത്തിന് ആകാശമെന്നും എണ്ണിപ്പിടിച്ച് എടുത്തു എന്നതിന് അള വനുസരിച്ച് എടുത്തെന്നും എരിക്ക് പ്രാണനെന്നും അർത്ഥം. ഇവിടെ ദൈവത്തിന്റെ ജീവസൃഷ്ടിയെ വിഭാവനം ചെയ്യുകയാണ് ഗുരു. അതിനെ ബിംബവല്ക്കരിക്കുന്നു. കവിതയുടെ നിറക്കൂട്ട് നല്കുന്നു. സൗന്ദര്യം നല്കുന്നു. ഒരാഖ്യാനത്തിന്റെ കാഴ്ചയിലേക്ക് അതിനെ കൊണ്ടുവരുന്നു. അളവനുസരിച്ച് പഞ്ചഭൂതങ്ങളെടുത്ത് ഗർഭപാത്രമെന്ന അറയിലിട്ട് ഒരു പിണ്ഡം — പദാർത്ഥം — Mass — നിർമ്മിച്ചു. എന്നിട്ട് അതിനകത്ത് പ്രാണന്റെ വിളക്കുകൊളുത്തിവച്ചു. ആരെയും കാണാനനുവദിക്കാതെ, തൊടാനനുവദിക്കാതെ രഹസ്യമായി അതിനെ സൂക്ഷിക്കുന്നു. ഇവിടെ പ്രപഞ്ചത്തിന്റെയും ജീവിതത്തിന്റെയും സ്രഷ്ടാവിന്റെ രൂപം, ഒരു മാസ്റ്റർ ക്രിയേറ്ററുടെ രൂപവും വളരെ രഹസ്യാത്മകമായ സൃഷ്ടികർമ്മവും നാം കാണുന്നു.

പഞ്ചഭൂതങ്ങൾകൊണ്ടാണ് നമ്മുടെ ശരീരം നിർമ്മിച്ചിരിക്കുന്നതെന്ന് പ്രാചീനഭാരതീയ സങ്കല്പം. നമ്മുടെ തനത് വൈദ്യശാസ്ത്രങ്ങളുടെയും സങ്കല്പവും അതാണ്. ആദിചാർവ്വാകന്മാർ — ഭൗതികമാത്രവാദികൾ — ഇതിൽ ആകാശമെന്ന ഭൂതത്തെ അംഗീകരിക്കുന്നില്ല. അവരതിനു ഭൗതികഅസ്തിത്വം കാണുന്നില്ല. ബാക്കി നാലിനെയും അവരും സ്വീക രിച്ചിരുന്നു. പുതിയ ജീവശാസ്ത്രത്തിന് വേറിട്ട നിഗമനങ്ങളുണ്ടെങ്കിലും പഞ്ചഭൂതസങ്കല്പത്തിന് കാവ്യാത്മകമായ ശാസ്ത്രീയതയുണ്ട്. ശാസ്ത്രവും ശരീരത്തിൽ വായുവില്ലെന്നു പറയുന്നില്ല. സ്പേസ് — ആകാശം ഇല്ലെന്നു പറയുന്നില്ല. ഭൂമിയിലെ ധാതുക്കളും ലവണങ്ങളും ലോഹങ്ങളുമില്ലെന്നു പറയുന്നില്ല. ജലമില്ലെന്നു പറയുന്നില്ല. അഗ്നിയി ല്ലെന്നു പറയുന്നില്ല. Man is a Miniature Universe — ശാസ്ത്രം ഉപ ദർശിച്ച ഈ സമഗ്രത നിഷേധിക്കാനാവില്ല.

ശരീരവും ജീവനും സൃഷ്ടിക്കപ്പെടുമ്പോൾ അതിലതിന്റെ അപച യവും നാശവും കൂടി നിക്ഷേപിച്ചിട്ടുണ്ടാകും. അങ്ങനെയല്ലാതെ ഒരു സൃഷ്ടിയുമില്ല. എപ്പോൾ വേണമെങ്കിലും രൂപം ഉയർന്നുവരാവുന്ന ആശ യങ്ങളായി അപചയവും നാശവും അതിനുള്ളിലിരിക്കുന്നു. ഗർഭസ്ഥ പിണ്ഡം അലസിപ്പോകാം. ചാപിള്ളയായിത്തീരാം. കൈക്കോ കാലിനോ കണ്ണിനോ കാതിനോ ഭംഗം വരാം. ഏതെങ്കിലും അവയവത്തിന് അഭാവം വരാം. മരണം എന്ന് എപ്പോഴെന്ന് പ്രവചിക്കാനാവാത്ത ഒരു സാദ്ധ്യത

യായി ജനിക്കുമ്പോഴേ ശരീരത്തിനെ ചുഴ്ന്നുനില്ക്കുന്നു. ഈ സാദ്ധ്യത കളെ ദണ്ഡപ്പെടുത്തുമൊരു ദേവതയാക്കി മൂർത്തവല്കരിക്കുന്നു. ഗുരു. ഇതിന് മായ എന്നും വിധി എന്നുമൊക്കെ വ്യാഖ്യാനമുണ്ടായിട്ടുണ്ട്. പര മ്പരാഗതമാകാൻ വിസമ്മതിക്കുന്ന ഒരാന്തരിക ഘടന ഗുരുരചനകളിലി രിക്കുന്നു.

ദണ്ഡപ്പെടുത്തുന്ന — വേദനിപ്പിക്കുകയും നശിപ്പിക്കുകയും ചെയ്യുന്ന — ആ ദേവതയുടെ പിടിയിൽനിന്ന് രക്ഷിച്ച് എന്നെ നീ അമൃത് നല്കി വളർത്തിയെടുത്തു. അമൃത് എന്നാൽ ജീവിതമെന്നർത്ഥം. മൃതിയെ നിഷേധിക്കുന്നത് അമൃത്.

ജീവൻ ഇരിക്കുന്ന ശരീരത്തിന് എപ്പോൾ വേണമെങ്കിലും അതിന്റെ സംയുക്തത നഷ്ടപ്പെടാം. കേടാകാവുന്ന പദാർത്ഥങ്ങൾകൊണ്ടു നിർമ്മി തമാണത്. അതങ്ങനെയേ ആകൂ. ലോകത്ത് അനശ്വരമായ പദാർത്ഥ ങ്ങളൊന്നുമില്ല. എല്ലാ പദാർത്ഥങ്ങളും മാറ്റത്തിന് വിധേയം. ഒരു സമ്പൂർണ്ണ ജീവിത നൈരന്തര്യത്തിന്റെ നിയോഗം അതാണ്. അതാണ് ജീവിതത്തിന്റെ സൗന്ദര്യവും. അതിനെ ദേവതയായി കണ്ട ഗുരുവിന്റെ ഉചിതജ്ഞത പ്രശംസനീയം. ശ്രദ്ധിക്കുക. ചെകുത്താനെന്നല്ല ഗുരു പറ യുന്നത്, ദേവത എന്നാണ്. ദണ്ഡപ്പെടുത്തുന്ന ദേവത ജീവിതത്തിന്റെ തുടർച്ചയെ നിലനിറുത്തുന്ന അനുഗ്രഹം. അത് ഗർഭത്തിൽ വച്ചെന്നെ ദണ്ഡപ്പെടുത്തിയില്ല. ഇല്ലാതാക്കിയില്ല. ശംഭോ നിനക്കു സ്തുതി.

കല്ലിനകത്തു കുടിവാഴുന്ന — ജീവിക്കുന്ന — അദൃശ്യമായ അണു ജീവികളുണ്ട്. അവയെ മൈക്രോബുകളെന്നു ശാസ്ത്രം പറയുന്നു. അത്യ ത്ഭുതകരമാം വിധം വിപുലമാണ് അവയുടെ ലോകം. ആധുനിക ശാസ്ത്രം നമ്മുടെ ശരീരത്തിനകത്തും പുറത്തും അന്തരീക്ഷത്തിലും കുടിപാർക്കുന്ന അനേകതരം മൈക്രോബുകളെ കണ്ടെത്തിയിട്ടുണ്ട്.

കല്ലിനകത്ത് കുടിവാഴുന്ന അല്പജീവിയും അല്ലികുടത്തിലമരുന്ന അമരേന്ദ്രനും — താമരപ്പൂവിനകത്ത് ഇരിക്കുന്ന ദേവേന്ദ്രനും — എന്ന് ഗുരു ഇവിടെ പറയുന്നതിന് വാച്യാർത്ഥത്തിനപ്പുറം കടന്നുപോകുന്ന തലങ്ങളുണ്ട്. വാച്യാർത്ഥം പുറംതോട്. അക്ഷരക്കെട്ട്. അതിലിരുന്ന് അനുരണനം ചെയ്യുന്ന അറിവുണ്ട്. അതാണ് നല്ല അനുവാചകനെ തെര യുന്നത്. കല്ലിനകത്ത് കുടിവാഴുന്ന അല്പജീവിക്ക് സാമൂഹ്യമായ ഒരർത്ഥം വരുന്നുണ്ട്. അത് ദരിദ്രനാകാം. താഴ്ത്തപ്പെട്ടവനാകാം. അഗ ണിതനാകാം. അമരേന്ദ്രൻ രാജാവോ കുബേരനോ ആധിപത്യശക്തിയോ ആകാം. അണുജീവിതൊട്ട് അമരേന്ദ്രൻ വരെയും അതായത് പുല്ലുതൊട്ട് ബ്രഹ്മം വരെയും, ദരിദ്രവാസിതൊട്ട് കുബേരൻ വരെയും ഉള്ളവരുടെ ജീവിതം വിളിച്ചറിയിക്കുന്നത് ശംഭോ, നിന്റെ അപാരമായ കൃപയെയാ ണ്. താമരപ്പൂവിനകത്ത് രാജാവായി വാഴുന്ന ദേവേന്ദ്രന്റെയും പാറയിടു ക്കിനുള്ളിൽ പൂപ്പലായിരിക്കുന്ന അണുജീവിയുടെയും ജീവിതം നിന്റെ — ശിവന്റെ — കൃപയാലാണ് എന്നു പറയുമ്പോൾ അതിന്റെ വാഗർത്ഥ ത്തേക്കാളുയരുന്ന അനുരണനങ്ങളുടെ ധ്വനിമയഗഗനങ്ങളനാവരണം

ചെയ്യുന്നുണ്ട്. ശിവനേ നിന്റെ കൃപയാണ് ജീവിതമെന്നും അത് ആർക്കും ഭേദലേശമെന്യേ നല്കപ്പെടുന്നുവെന്നും അർത്ഥം. എന്നാൽ സ്ഥിതിഭേ ദത്തിന് ന്യായീകരണം നല്കുന്ന സൂചനകളിവിടെയില്ലതാനും.

ഗർഭസ്ഥപിണ്ഡത്തിന് ബന്ധുക്കളുണ്ടായിരുന്നില്ല. ബലമുണ്ടായിരു ന്നില്ല. ധനമുണ്ടായിരുന്നില്ല. അതിന് തിന്നാൻ ബിസ്കറ്റുണ്ടായിരുന്നില്ല. കുടിക്കാൻ പാല് ഇല്ല. ഹോർലിക്സ് ഇല്ല. കളിക്കാൻ കളിപ്പാട്ടം ഇല്ല. അത് ആരുമായും മൽപ്പിടുത്തം നടത്താനോ തർക്കിക്കാനോ പോകു ന്നില്ല. ജയിക്കുകയോ തോൽക്കുകയോ ചെയ്യുന്നില്ല. പിന്നെ എന്തോന്നു കൊണ്ടാണ് അത് വളർച്ച പ്രാപിച്ചത്. ജീവസ്വഭാവം കൈവരിച്ചത്. അമ്മ യുടെ യോനീമുഖം വഴി ഒരു പിറപ്പായി പുറത്തുവന്നത്. വിചിത്രമായിരി ക്കുന്നു. ഭൂമിയിൽ നാം കരുതുന്നത് നമ്മുടെ ബന്ധുക്കളുടെയും ബല ത്തിന്റെയും ധനത്തിന്റെയും താങ്ങുകൊണ്ടാണ് നാം ജീവിക്കുന്നത് എന്നാണ്. വീട്, ആഹാരം, കാശ്, അഹന്ത എന്നിവയുള്ളതുകൊണ്ടാണ് ജീവിക്കുന്നതെന്നാണ്. ചരിത്രത്തിന്റെ ആദ്യഘട്ടത്തിൽ ആകാശം മേൽക്കുരയും, ദിക്കുകൾ ചുമരുകളുമായ വീടുകളിലാണ് നാം ജനിച്ചു വീണത്. അന്ന് പാകം ചെയ്ത ഭക്ഷണമില്ല, വസ്ത്രമില്ല, ഒന്നുമില്ല. കാടുണ്ട്, കായ്കനികളുണ്ട്, മലകളുണ്ട്, നദികളുണ്ട്, മൃഗങ്ങളുണ്ട്, ആകാശമുണ്ട്. ഇന്നു നാം നമ്മുടെ ആ ആദിമഘട്ടത്തെ മറന്നു. എന്റെ തമ്പുരാനായ ശംഭോ നിന്റെ കളിയാണിതൊക്കെ എന്നറിഞ്ഞാൽ അന്ധത്വം — അജ്ഞത — മാറും. ആ അറിവു ലഭിക്കാൻ നീ കനിഞ്ഞ രുളിയാലും. അജ്ഞത ഭഗവാന്റെ കളിയാണ്. ജീവിതത്തിന് കനിവും കാരുണ്യവും മധുരവും നല്കി അനുഗ്രഹിക്കുന്നത് അതിനെക്കുറിച്ചുള്ള ബോദ്ധ്യമാണ്.

നാലഞ്ചുമാസം (4+5 ഒമ്പതുമാസം) നീയെന്നെ നയനങ്ങൾ വച്ച് — കണ്ണെടുക്കാതെ നോക്കി, മുടിവന്നോ, കണ്ണ് വന്നോ, കാലു വന്നോ എന്നു നോക്കി — വളർത്തിയെടുത്തു. കാലന് — മരണത്തിന് — കൊടുക്കാതെ, മരണത്തെ ആര് തടയാനുണ്ട് ഗർഭപാത്രത്തിൽ? ആശുപത്രിയില്ല, ഡോക്ടർമാരില്ല, മരുന്നില്ല, ശുശ്രൂഷിക്കാനാരുമില്ല.

ആ കാലം കഴിഞ്ഞു. ഞാനിപ്പോൾ ഭൂമിയിൽ ജീവിക്കുകയാണ്. പക്ഷേ, കരുവിങ്കലിരുന്ന കാലം ഓർത്ത് അതായത്, ഗർഭാശയത്തിലാ യിരുന്ന കാലം ഓർത്ത് അന്നെന്നെ പരിപാലിച്ച നിന്റെ കാരുണ്യമോർത്ത് ഞാൻ കരഞ്ഞുപോകുന്നു. എങ്ങനെ കരയാതിരിക്കും? എന്റെ കരച്ചിൽ കേട്ടാലും ശംഭോ.

എന്റെ ശരീരം രക്തവുമായി കലർന്ന രേതസ്സ് തന്നെയാണ്. രേത സ്സിന് ബീജമെന്നർത്ഥം. നാദം തിരണ്ട് ഞാനന്ന് ഉരുവായി നടുവിൽ കിടന്നു. നാദം, ശബ്ദം, തിരണ്ട് വളർന്ന്, ഉരുവായി, ശരീരമായി, നടു വിൽ കിടന്നു (നടുവ് – ഗർഭപാത്രം). ആകാശമെന്ന ഭൂതത്തിന്റെ ഗുണം ശബ്ദമാണത്രേ. അഞ്ചുഭൂതത്തിനും ഓരോ ഗുണം പറയുന്നുണ്ട്. പഞ്ച ഭൂതങ്ങളും അവയുടെ അഞ്ചുഗുണങ്ങളും ചേർന്നാണ് ശരീരവും പഞ്ചേ

ന്ദ്രിയങ്ങളുമുണ്ടാകുന്നത്. ഗർഭപാത്രത്തിലന്ന് നാദം തിരണ്ട് ഉരുവായി കിടന്നിരുന്നപ്പോൾ എനിക്ക് അച്ഛനില്ല, അമ്മയില്ല. അന്ന് എന്നെ വളർത്തിയ അച്ഛൻ നീയാണ് ശംഭോ. നീയാണ് എന്റെ അച്ഛനും അമ്മയും ബന്ധുക്കളും ബലവും ധനവും.

ഗർഭപാത്രത്തിൽ വച്ച് വേദനയോ ദുഃഖമോ അനുഭവിച്ചിട്ടുണ്ടെങ്കി ലത് മറന്നുപോയിരിക്കുന്നു. അത് നന്നായി. ഇന്നുണർന്നാൽ — ഇന്നത് ഓർത്താൽ — സങ്കല്പിക്കാനേ പ്രയാസം, എരിയുന്ന തീയിൽ വീണു ഞാൻ മരിച്ചുപോയേനെ. ഇന്നത് ഓർത്താൽ, ആ ഓർമ്മയുടെ തീയിൽവീണ് ദഹിച്ചുപോയേനെ എന്ന് മനസ്സിലാക്കാം. പൊന്നപ്പൻ — പൊന്നച്ഛൻ — പൊറിവാതിലഞ്ചുമിട്ടു തന്നിരുന്നു. പൊറിവാതിലഞ്ചും, അഞ്ച് ജ്ഞാനേന്ദ്രിയങ്ങൾ. ജ്ഞാനേന്ദ്രിയങ്ങളുള്ളതുകൊണ്ടാണ് എനി ക്കിന്നിത് അറിയാൻ കഴിയുന്നത്. നീ എനിക്ക് ശരീരം നല്കി. ജീവൻ നല്കി. അറിവിന്റെ അഞ്ചു വാതിലുകളും നല്കി. അറിവുള്ളതുകൊണ്ട്, എനിക്ക് ഓർക്കാൻ കഴിയുന്നു. ഊഹിക്കാൻ കഴിയുന്നു. ഭാവന ചെയ്യാൻ കഴിയുന്നു. നിനക്ക് നന്ദി ചൊല്ലാൻ കഴിയുന്നു.

എന്റെ അമ്മ എന്നെ ഒരു ചുമടായി ഉള്ളിൽ കിടത്തിക്കൊണ്ടു നടന്നു. ഗർഭസ്ഥശിശുവിനെ ഓർത്ത് അമ്മ വെറുതെ ഉള്ളുരുകി നെടുവീർപ്പിടു കയും ചെയ്തു. ഒടുവിൽ അമ്മ എന്നെ നൊന്തുപെറ്റു. ഞാൻ നരിയെ — കുറുക്കനെപ്പോലെ കിടന്നു കരഞ്ഞു. എനിക്കെന്തുചെയ്യാനാകും ശംഭോ? എനിക്കമ്മയുടെ വിഷമവും വേദനയും മാറ്റാനാകുമോ?

എന്നാൽ എല്ലാം ഭഗവാനേ നീയറിഞ്ഞു എന്ന് എടുത്തുപറയേണ്ട തുണ്ടോ? ഗർഭസ്ഥനായിരുന്നപ്പോൾ നീ എന്നെ നോക്കി രക്ഷിച്ചു. പിന്നെ എനിക്കു ഭൂമിയിലെ ജീവിതം തന്നു. എന്റെ ഈ ജീവിതത്തിലെ ദുരിത ങ്ങളും അകറ്റിത്തരണേ! എല്ലാം ഉപേക്ഷിച്ച് എരുതിലേറി വരുന്ന — കാള പ്പുറത്തു കയറി വരുന്ന — ശംഭോ നീ കൈവിട്ടാൽ എനിക്കു വേറെ ആരും ഇല്ല. സ്വന്തമായി ശിവനൊന്നും എടുത്തിട്ടില്ല. കൊടുത്തിട്ടേയുള്ളൂ. എന്നാലെല്ലാത്തിന്റെയും അധിപനുമാണ്.

7

അറിവിന്റെ നവരത്നങ്ങൾ

ഗുരു എഴുതുന്നത് തന്റെ പ്രപഞ്ച-ജീവിതദർശനങ്ങളെയാണ്. അതുകൊണ്ടാണ് അത് മറ്റ് ആത്മീയരചനകളിൽനിന്ന് വ്യത്യസ്തവും വ്യതിരിക്തവുമാകുന്നത്. മറ്റ് രചനകൾ പറയുന്നത് ജീവിതം ഒന്ന്, ആത്മീ യത മറ്റൊന്ന് എന്നാണ്. സ്തോത്രകൃതികളിലും മേൽപ്പറഞ്ഞ ദർശന മാണ് ഗുരു എഴുതുന്നത്. ഗുരുവിന്റെ സ്തോത്രകൃതി, ദാർശനികകൃതി എന്ന വേർതിരിവ് അസാദ്ധ്യമാകുന്നത് അതുകൊണ്ടാണ്. ശിവന്റെയും കാളിയുടെയും മുരുകന്റെയും മറ്റും രൂപാലേഖനം തന്റെ അസാധാരണ കാവ്യാവബോധം ദാർശനികാവബോധത്തിലിടപെടുമ്പോഴാണ് കടന്നു വരുന്നത്. അപ്പോഴും ഗുരു ഈ ദേവീ-ദേവരൂപങ്ങളെ ആരചിക്കുന്നത് പ്രാപഞ്ചികതയുടെ ചായംകൊണ്ടാണ്. 'അന്തിപ്പൂം തിങ്കളുന്തിത്തിരുമുടി തിരുകി' എന്നൊക്കെ പാടുമ്പോൾ ശിവന്റെയും മുരുകന്റെയും മറ്റും തിരു മേനി കാണുന്നത് പ്രാപഞ്ചികതയുടെ സൗന്ദര്യവിസ്മയങ്ങളിലാണ്.

വിസ്മയമാണ് ദൈവം. വിസ്മയിക്കാനുള്ള കഴിവ് നഷ്ടപ്പെടുമ്പോൾ നഷ്ടപ്പെടുന്നത് ദൈവത്തെയാണ്. ദൈവത്തിന്റെ അനുഗ്രഹങ്ങളെയാണ്.

ആഗമാന്തനിലയയായ ബോധജനനിയെക്കുറിച്ച് ഗുരു എഴുതിയ ഒമ്പതു ശ്ലോകങ്ങളുള്ള ഒരു കൃതിയാണ് *ജനനീ നവരത്നമഞ്ജരി.* മറ്റു ചില സ്തോത്രകൃതികളിലെന്നപോലെ ബോധജനനിയുടെ ശരീരവടിവ് അംഗോപാംഗം ഗുരു ഇവിടെ വരച്ചിടുന്നില്ല. ബോധത്തിന് എന്ത്, ഏത് രൂപം? ബോധം അരൂപം. നാമങ്ങളും രൂപങ്ങളും അതിൽ തെളിയുകയേ ചെയ്യുന്നുള്ളൂ. എങ്കിലും നേരിയ മഞ്ഞുപോലെ അവ്യക്തമായ രേഖ കൾകൊണ്ട് വരഞ്ഞ ഒരു ജനനീരൂപം ഈ കൃതിയിലുണ്ട്.

ഇവിടെ ഗുരു ജനനിയായി കാണുന്നത് അറിവിലുമേറിയ അറിവി നെയാകാം. അതിനെ ഗുരു ഉല്ലാഘബോധ ജനനി, രാജയോഗ ജനനി എന്നീ പേരുചൊല്ലി വിളിക്കുന്നു. ചിലേടത്ത് ഒരു പ്രാർത്ഥനയുടെ സ്വരവും

സ്വഭാവവും കൃതിയിലുണ്ട്. സംവേദനവും നിവേദനവും സാദ്ധ്യമാക്കു
ന്നതിനാവാം ഗുരു ബോധത്തിന് ഒരു ജനനിയുടെ രൂപച്ഛായ നല്കിയി
രിക്കുന്നത്. സ്തുതിയുടെ മുഖം നല്കിയിരിക്കുന്നത്.

മാമതി എന്ന വാക്കിന് അറിവിലുമേറിയ അറിവ് — പരബോധം,
പരബുദ്ധി — എന്ന അർത്ഥമെടുക്കാം. അത് ഒന്നാണ്. ഏകമാണ്. അവിടെ
അനേകങ്ങളില്ല. ബോധത്തിന്റെ ഏകമായ ഘനസ്വരൂപം മാത്രം.
സമ്പൂർണ്ണതയുടെ അവിഭക്തവും അവിഭാജ്യവുമായ കൈവല്യം ബുദ്ധി
യുടെയും പ്രതിഭയുടെയും ധ്യാനാത്മകമായ ഉണർവ്വിനെയാകാം ഗുരു
ഇവിടെ സൂചിപ്പിക്കുന്നത്. അതിൽനിന്നാണ് ആയിരം — അസംഖ്യം —
ത്രിപുടികൾ ഉണ്ടാകുന്നത്. ത്രിപുടി എന്നു പറയുന്നത് ഏകമായ അറി
വിൽനിന്നുവരുന്ന അനേകം അറിവുകളുടെ മൂന്നായി പിരിഞ്ഞ്
നില്ക്കുന്ന നിലകളെയാണ്. അതായത് അനേകമായറിയുന്ന അറിവ്
ഓരോന്നും മൂന്നായി പിരിഞ്ഞുനില്ക്കുന്നു. അറിവ്, അറിയുന്നത്, അറി
യുന്നയാൾ എന്നിങ്ങനെ. അറിവിന്റെ വികലാവസ്ഥയാണിത്. അറിവ്
മൂന്നായിങ്ങനെ വേർതിരിയുന്നതോടെ ഒന്നായിരുന്ന അറിവിലുമേറിയ
അറിവിന്റെ നിറവ് മറന്നുപോകുന്നു. ആഹാരം തുടങ്ങിയ സുഖഭോഗ
ങ്ങളിൽ രമിച്ച്, അതിന്റെ തീരാത്ത സങ്കടക്കടലുകളിൽ ഒന്നായി വീണു
കിടന്ന് വലയുകയായി, പിന്നീട് ഈ അനേകം ത്രിപുടികൾ. ജീവിതം
പാടില്ലെന്നോ ആഹാരവും വസ്ത്രവും അരുതെന്നോ അല്ല, ഇവിടെ ഗുരു
പറയുന്നത്. അതൊന്നുമല്ല ജീവിതത്തിന്റെ പൊരുളെന്നാണ്. സുഖം ദുഃഖ
ത്തിൽ ചെന്നെത്തുന്നു എന്നാണ്. ആർത്തി ആധ്യമാണെന്നാണ്.
അതെല്ലാം ഭേദഭാവം സൃഷ്ടിക്കുമെന്നാണ്.

എന്റെ ആശയം എന്റെ മനസ്സിന് ഗതി പെറുന്ന നിന്റെ നാദഭൂമി
യിൽ അമരനാകുന്നത്, ബോധജനനിയുടെ ചിന്നാഭിയിൽ ത്രിപുടി
മുടിഞ്ഞ് ആറിടാനാവണം. ഇവിടെ ആശയം എന്ന വാക്ക് മൂന്നായി പിരി
ഞ്ഞിരിക്കുന്ന അറിവിനെയാകാം കുറിക്കുന്നത്. അത് മനസ്സാണ്. മന
സ്സാണ് ഒന്നായ അറിവിനെ മൂന്നായി പിരിച്ചുകാണുന്നത്. മനസ്സാണ്
സന്തോഷിക്കുകയും സങ്കടപ്പെടുകയും ചെയ്യുന്നത്. ഗതി പെറും —
മോചനം നല്കുന്ന — നാദ ഭൂമിയിൽ അമരണമെന്ന് ആഗ്രഹിക്കുന്നതും
ഈ മനസ്സാണ്.

സംഗീതം നാദത്തെ നാദബ്രഹ്മമെന്നു പറയുന്നു. 'ന' പ്രാണവാ
യുവും 'ദം' അഗ്നിയുമാണത്രേ. നാദത്തിന് മൂന്ന് അവസ്ഥകൾ പറയുന്നു
— പര, പശ്യന്തി, വൈഖരി. പര കാതുകൾക്ക് കേൾക്കാനാവില്ല, അതാവാം
ഇവിടെ പറയപ്പെടുന്ന നാദം. പശ്യന്തി മുതൽ കേൾക്കാം. പശ്യന്തി സംഗീ
തത്തിലെ അതിമന്ദ്രസ്ഥായിയാവാം. വൈഖരി എല്ലാവരും കാതു
കൾകൊണ്ട് കേൾക്കുന്ന ശബ്ദം. ചിന്നാഭി ചിത്തിന്റെ നാഭിയാണ്. ചിദാ
കാശത്തിന്റെ, ചേതനയുടെ കേന്ദ്രമെന്നർത്ഥം. സമ്പൂർണ്ണമായ ബോധ
ത്തിന്റെ, ഉണർവ്വിന്റെ അവസ്ഥയാണത്. അത് ബോധജനനിയുടെ നാഭി
യായാണ് ഗുരു കല്പിച്ചിരിക്കുന്നത്.

മായ അവിദ്യയാണ്. അജ്ഞാനമാണ്. അത് ഇല്ലാത്തതാണ്. തല്ക്കാ
ലത്തെ തോന്നലിന്റെ അസതിത്വമേ അതിനുള്ളൂ. A peripheral experi-

ence. പുറമേ മാത്രം അനുഭവവേദ്യമായുള്ളത്. അതും അറിവിൽനി
ന്നാണ് വരുന്നത്. അതായത് അറിവിലാണ് മായയുടെ അനുഭവങ്ങളു
ണ്ടാകുന്നത്. സുഖം, സന്തോഷം തുടങ്ങി മായ ഉണ്ടാക്കിത്തരുന്ന സകല
അനുഭവവും അറിവിലാണുള്ളത്. മായ മാറിയാൽ തേങ്ങ പൊതിച്ച്,
പിന്നെ ചിരട്ട കളഞ്ഞ്, ഉള്ളിലുള്ള കാമ്പ് കണ്ടെത്തുന്നതുപോലെ ഉള്ളത്
അറിവുമാത്രമെന്ന് അറിയും. അനിലൻ കാറ്റാണ്. കല്ലാഴി കരയും കട
ലുമാണ്. കനല് തീയാണ്. ശൂന്യം ഇവയ്ക്കെല്ലാമകത്തും പുറത്തും പര
ക്കുന്ന സ്ഥലമാണ് (space). സ്ഥലം കാലത്തിൽനിന്ന് ഭിന്നമല്ല എന്ന്
ഐൻസ്റ്റീൻ. Space time Continum. ഇതെല്ലാം ഉണ്ടെന്നു തോന്നുന്നത്
അറിവിലാണ്. അറിവ് ഉള്ളതാണ്. അറിവല്ലാതെ മറ്റൊന്നും ഉള്ളതല്ല.
നമ്മുടെ ചരിത്രവും ഭാഷയും കൂടി സത്യമാക്കി, വാസ്തവമാക്കി നിർമ്മി
ച്ചെടുത്തതാണ് നാമങ്ങളും രൂപങ്ങളും. ആറ്റങ്ങൾകൊണ്ടല്ല, കഥകൾ
കൊണ്ടാണ് ഈ പ്രപഞ്ചം നിർമ്മിച്ചിരിക്കുന്നത് എന്ന് പ്രശസ്ത ശാസ്ത്ര
ജ്ഞനായ സ്റ്റീഫൻ ഹോക്കിങ്.

തല്ലാഘവത്തിന്, അതിന്റെ ലാഘവം — നിസ്സാരത — എന്നർത്ഥം.
അതായത് ഭാഷ നെയ്തെടുത്ത നാമരൂപങ്ങളുടെ നിസ്സാരത. ആ നിസ്സാ
രതയെക്കുറിച്ച് ആലോചിച്ചു നോക്കുമ്പോൾ വേദങ്ങളും അവ പറയുന്ന
യജ്ഞങ്ങളും ക്രിയകളും പൂജാവിധികളും മന്ത്രകലവികളും ഇല്ലാത്ത
താണ്. അസംബന്ധമാണ്. അറിവിലുമേറിയ അറിവിന് ഭാഷയില്ല. ഭാവ
നയില്ല. അത് നിരപേക്ഷതയുടെ ബോധമാണ്. ഈ അറിന്റെ സല്ലാഭം
മതി, ബുദ്ധിയുടെ എല്ലാ സംഘർഷങ്ങളും അവസാനിക്കാൻ. പ്രതിസ
ന്ധികളവസാനിക്കാൻ. സന്ദിഗ്ധതകളവസാനിക്കാൻ. എല്ലാവരും തിര
യുന്നത്, അന്വേഷിക്കുന്നത് ഈ പരബോധത്തെയാണ്.

ഉണ്ടായി മറഞ്ഞുപോകുന്ന തത്കാല അറിവുകളെല്ലാം പണ്ടേ
ഉണ്ടായതാണ്. പണ്ടേ ഉള്ളതാണ്. അതായത് അനാദിയാണ്. അത് കണ്ട
റിഞ്ഞ് അനുശീലിച്ചുപോന്ന കണ്ണും കാതും മൂക്കും നാക്കും ത്വക്കും
ബുദ്ധിയും മനസ്സും ആ അജ്ഞാനത്തിന്റെ ഇരുളിലുഴന്ന് തപ്പിനടക്കുക
യാണ് ഇപ്പോഴും. പക്ഷേ, ഇത്തരത്തിലുണരുന്ന ഓരോ ആശയവും
അജ്ഞാനവും അറിവിലുമേറിയ അറിവിലേക്ക്, ആ മഹാമഹസ്സിലേക്ക്
മറഞ്ഞുപൊയ്ക്കൊണ്ടിരിക്കുന്നു. ഇക്കാര്യം മനസ്സിലായാലും ഈ അവ
സ്ഥയിൽ, ഈ നിലയിൽ അറിവിലുമേറിയ അറിവ് വരില്ല. അതായത്
നമുക്കു ലഭിക്കില്ല. ഉണ്ടായി മറഞ്ഞുപോകുന്ന അസംഖ്യം ഖണ്ഡംഖ
ണ്ഡമായ, ക്ഷണം ക്ഷണമായ അറിവുകളുടെ അസ്വസ്ഥ കലുഷാവ
സ്ഥയിലാണ് നാം. അഖണ്ഡാനുഭൂതിയുടെ, അഖണ്ഡബോധത്തിന്റെ,
സമ്പൂർണ്ണമായ സ്വാസ്ഥ്യത്തിന്റെ ഒരവസ്ഥയുണ്ട്. അത് അറിവിലുമേ
റിയ അറിവിന്റെ അവസ്ഥയാണ്. അത് മാനുഷികത്വത്തിന്റെ സമ്പൂർണ്ണ
മായ വിരിയലാണ്. വികാസമാണ്. അഹത്തെ പ്രപഞ്ചമായി സാക്ഷാത്ക
രിക്കലാണ് ഇത്. ബോധം അവിടെ ക്ഷണം ക്ഷണമായല്ല ഉള്ളത്. അവി
ഭക്തമായാണ്. അഖണ്ഡമായാണ്. ആ താമരപ്പൂവിലിരുന്ന് ആനന്ദം നുക
രുന്ന ഒരു വണ്ടാകണം. അഖണ്ഡാനുഭൂതി കൈവരിക്കണമെന്നർത്ഥം.
അങ്ങനെയുള്ള അഖണ്ഡാനുഭൂതി നുകരുന്ന വണ്ടാണ്, ആ മഹാമതി
യാണ്, പ്രാജ്ഞനാണ് സൂരി, സുകൃതിയും.

ആലോചിച്ച് നോക്കിയാൽ തിര ജലമാണ്. ഇരുട്ടത്ത് പാമ്പായിക്ക ണ്ടത് നാരാണെന്ന് വെളിച്ചം വരുമ്പോൾ ബോദ്ധ്യപ്പെടുന്നു. കുടം ഭൂമി യാകുന്നു. ഭൂമി — പാര് — കൊണ്ടാണ് കുടം ഉണ്ടാക്കിയിരിക്കുന്നത്. ഇതുപോലെയാണ് ലോകവും. ഇന്ദ്രിയങ്ങളുടെ പരിമിത ജ്ഞാനത്തിന്റെ തടവുകാരാണ് നാമെന്നർത്ഥം. നാം കാണുന്നത് ലോകത്തിന്റെ നേരല്ല — നുണകളാണ്. ലോകത്തിന് ആദിമൂലവസ്തുവായിരിക്കുന്ന അറിവിന്റെ ആവിഷ്കാരഭേദങ്ങളായ അറിവുകളെയാണ് നാമറിയുന്നത്.

ആദിമമായ അജ്ഞതയയാൽ മൂടപ്പെട്ടിരിക്കുന്നു അറിവിലുമേറിയ അറിവ്. പരബോധത്തിന്റെ ജനനി വിലാസവതിയായി — ലീലാലോല യായി — ലാസ്യമാടി വിടുന്ന ജലവും കാറ്റും തീയും മറ്റും കോലാഹലം മുഴക്കുന്ന ഈ ലോകം മുഴുവനും ആ ആട്ടപ്രകാരത്തിന് പശ്ചാത്തല മായി ഉയരുന്ന പാട്ടു മാത്രമാകുന്നു. കാലാദിയായ — കാലവും സ്ഥലവും — മൃദുനൂലുകൊണ്ടു നെയ്ത ഒരു ലീലാപടത്താൽ ബോധജനനിയുടെ ശരീരം മൂടിയിരിക്കുകയാണ്, മുഖംപോലും. മൃദു എന്ന പ്രയോഗം ശ്രദ്ധേയം. വിവേകംകൊണ്ട് അതിന്റെ മൂലാരൂഢത്തിലേക്ക് നിഷ്പ്ര യാസം കടന്നുചെല്ലാമെന്ന് ധനി. അജ്ഞത മൂടിയിരിക്കുന്നതുകൊണ്ട് ബോധജനനി ഉണ്ടെന്ന് ആരും അറിയുന്നില്ല. ജനനിയുടെ ലീലാപടമേ ഉള്ളതായി തോന്നുന്നുള്ളൂ. നീ വസിക്കുന്നത് ആഗമങ്ങളവസാനിക്കുന്ന ഇടത്തിലാണ്. അവിടമാണ് നിന്റെ നിലയം. ആഗമത്തിന് തന്ത്രശാസ്ത്രം, ജ്ഞാനം എന്നൊക്കെ അർത്ഥം പറയുന്നു. അത് ശൈവജ്ഞാനത്തെ കുറിക്കുന്ന ഒരു പദമാണ്. അതെല്ലാം വാക്കും മനസ്സും ബുദ്ധിയുമാണ്. അറിവിലുമേറിയ അറിവിലേക്കെത്താതെ അവയെല്ലാം പിന്മടങ്ങുകയാണ് ചെയ്യുന്നത്.

മീനായറിയുന്നതും നീയാണ്. അതായത് ബോധമാണ്. മാനായറി യുന്നതും പാമ്പായറിയുന്നതും പക്ഷിയായറിയുന്നതും ഭൂമിയായറിയു ന്നതും നദിയായറിയുന്നതും നാരിയായറിയുന്നതും നരകമായറിയുന്നതും നാകമായറിയുന്നതും എല്ലാം നീയാണ്. നിന്റെ നാമരൂപങ്ങളിൽ പല തരം പ്രകൃതങ്ങളുമായി കഴിയുന്ന ഞാനും നീയാണ്. നാദരൂപണീ നിന്റെ നാടകമാണ് എല്ലാം, ഇവിടെ നാദരൂപിണി എന്ന സംബോധന ശ്രദ്ധേയം. നാദത്തിന്റെ, ശബ്ദത്തിന്റെ, വാക്കിന്റെ നാടകമാണ് പ്രപഞ്ചവും ജീവി തവും മറ്റെല്ലാം എന്ന് ഗുരു പറയുന്നു. നാദരൂപങ്ങളാൽ ബോധമാടുന്ന നാടകമാണ് എല്ലാം എന്ന്.

എന്റെ പാപം എയ്തു മുറിച്ചു കളയുന്ന അസ്ത്രം അറിവാണ്. പാപം അജ്ഞതയാകുന്നു. അറിവിന്റെ അമ്പേറ്റാൽ തകരുന്നത് അജ്ഞതയുടെ സകല അസ്ഥിവാരങ്ങളുമാണ്. എല്ലാവരും അന്വേഷിക്കുന്ന ബോധത്തി ലേക്കുള്ള എന്റെ ആക്കമാണ് ഞാൻ. 'ഇരുമ്പാം മനം ധനു' എന്നതിനെ ഇരുമ്പുപോലുള്ള മനസ്സാണ് വില്ല് എന്നല്ല വായിച്ചെടുക്കേണ്ടത്. ഗുരു വിന്റെ കരുണാർദ്രമനസ്സിനെ എങ്ങനെ ഇരുമ്പിന്റെ അയവില്ലാത്ത ദാർഢ്യമായി കാണാനാകും? ഗുരുവാണ് ഇവിടെ ബോധജനനിയെ പ്രാർത്ഥിക്കുന്നത്. അങ്ങനെ അർത്ഥം പറഞ്ഞാൽ പ്രയോഗിക്കപ്പെട്ടിരി ക്കുന്ന വാക്കുകളുടെ നേരർത്ഥമല്ല നമുക്ക് കിട്ടുന്നത്. പദാർത്ഥം മാത്ര

മാണ്. മനസ്സ് ഒരിക്കലും ഇരുമ്പ് ആകുന്നില്ല. അത് ഇന്ദ്രിയങ്ങളുടെ സമാ
ഹൃത ജ്ഞാനമാണ്. അതുകൊണ്ട് അത് അറിവിന്റെ അധോനിലയമാണ്
എന്നൊക്കെ നമുക്കു പറയാം. അത് എവിടേയും എപ്പോഴും വികാരധീ
നമാണ്, ചപലമാണ്, അതെങ്ങനെ ഇരുമ്പാകും? ഗുരുവിന്റെ മനസ്സ്
ബോധത്തിലെത്താൻ പ്രതിജ്ഞാബദ്ധമാണ്. അക്കാര്യത്തിലിരുമ്പു
പോലെ ഉറച്ച നിലപാടാണതിനുള്ളത് എന്നാവാം ഗുരു 'ഇരുമ്പാം മനം
ധനു' എന്നതുകൊണ്ട് അർത്ഥമാക്കുന്നത്. ഗുരുവിന്റെ നിഗൂഢാവബോ
ധത്തിൽ നിന്നുരുവായ വാക്കുകൾക്ക് നിഗൂഢത വരും ഇങ്ങനെയൊ
രമ്പും ഇങ്ങനെയൊരു ഞാണും ഇങ്ങനെയൊരു വില്ലും ധരിച്ച് ഞാനൊര
ഹംഭാവിയായി, വിജയിയായി നില്ക്കുകയാണ്. അറിവിന്റെ അഹംഭാവ
ത്തെയാണ് ഇവിടെ സൂചിപ്പിക്കുന്നത്. ഇപ്പോൾ 'ഇരുമ്പാം വനം'
അതിന്റെ വാഗർത്ഥത്തിലും എടുക്കാം മറ്റൊരു നിലയിലെന്നു കരുതുന്നു.

പക്ഷേ, വിജയം തരുന്നത് ആരാണ്? വിജയം തരുന്നത് ബോധജ
നനിയാണ്. ബോധമാണ്. പക്ഷേ, ഞാനാണെന്നാണ് ഭാവിക്കുന്നത്.
അഹംഭാവം പാപംകൊണ്ട് മലിനമായതാകുന്നു. അജ്ഞതകൊണ്ടുണ്ടാ
കുന്ന തോന്നലാകുന്നു. അഹംഭാവംകൊണ്ട് ഭാരം വച്ച ശരീരവും
ലോകവും പോലും തോന്നലാകുന്നു. ബാഹ്യവും ഉപരിപ്ലവവുമായ അനു
ഭവവൈകല്യമാകുന്നു.

ഭൂമി, ജലം, കാറ്റ്, തീയ്, ആകാശം എന്നീ ഭൂതങ്ങൾക്ക് ഒരാവാസ
സ്ഥാനം ഇല്ല. അതെല്ലാം അറിവിന്റെ സൗന്ദര്യവിശേഷങ്ങളാണ്. ഈ
സൗന്ദര്യവിശേഷങ്ങൾക്ക് ആവാസസ്ഥാനമായിരിക്കുന്നത്, അതായത്
അകമായിരിക്കുന്നത് എങ്ങും നിറഞ്ഞ ബോധജനനിയാണ്. അപൂർവ്വ
ഗഹനസുന്ദരമായൊരു കാവ്യാത്മകാശയമാണ് ഗുരു ഇവിടെ തിരുകി
ച്ചേർക്കുന്നത്. അതൊന്നാസ്വദിക്കാൻ നിന്നാൽ അവിടെത്തന്നെ നിന്നു
പോകും. വാസ്തവത്തിൽനിന്നു പോകലല്ല, അതിന്റെ കാഴ്ചാന്തരങ്ങ
ളിലേക്ക് അറിയാതെ അകന്നകന്നുപോകലാണ്.

വാക്കുകൊണ്ട് പറയാനോ മനസ്സുകൊണ്ട് വിചാരിക്കാനോ കഴി
യാത്ത ബോധജനനി ആവസിക്കുന്നത് ചിദാകാശത്തിലാണ്. അത്
അനിർവ്വചനീയം. അവ്യാഖ്യേയം. അതിന്റെ മഹിമാവ് ആരറിഞ്ഞു.
ആർക്കും അറിഞ്ഞുകൂടാ.

ഈ കൃതിയിലെ ഒമ്പത് ശ്ലോകങ്ങളിലും പറയുന്നത് തിരിച്ചും
മറിച്ചും ആവർത്തിച്ച് ഒരേ കാര്യം തന്നെയാണ്. ഇതിനർത്ഥം ബോധം
വാക്കിനപ്പുറത്താണ്, ഭാഷയ്ക്കപ്പുറത്താണ് എന്നാണ്. എല്ലാ വ്യവഹാ
രത്തിനും അതീതമായിരിക്കുന്ന ബോധത്തിന്റെ കേവല ശുദ്ധ സൗന്ദര്യ
മാണ് ഒമ്പതുശ്ലോകങ്ങളിലും നിറയുന്നത്. അതുകൊണ്ടാവാം നവരത്ന
മഞ്ജരി എന്നിതിനെ പറയുന്നത്. നേരിയ നിറവ്യത്യാസം തോന്നൽ
മാത്രം. ഒമ്പതും രത്നങ്ങൾ, മായയെന്ന വാക്ക് ഗുരു പ്രയോഗിക്കുന്നു
ണ്ടെങ്കിലും അത് ഇല്ലാത്തതാണ് എന്നു പറയുന്നില്ല. അതും അറിവാ
ണെന്നാണ് പറയുന്നത്. മായയെ വാസ്തവത്തിന്റെ അവാസ്തവ
ബാഹ്യാഡംബരം എന്ന നിലയിലാണ് ഗുരു കാണുന്നത്. മീനും മാനും
പാമ്പും പക്ഷിയുമെല്ലാം അറിവാണെന്നു പറയുന്ന ഗുരു ലോകത്തെയോ
ജീവിതത്തെയോ നിഷേധിക്കുന്നില്ല. അവയുടെ സൗന്ദര്യത്തെയും.

8

കാളിയുടെ നാടകം

ശ്രീനാരായണഗുരുവിന്റെ *കാളിനാടകമെന്ന* കൃതിയെപ്പറ്റി

ദിവ്യപദ്ധതി — Divine Plan — കളുടെ ആകാരവും അലങ്കാര
ങ്ങളും ആയുധങ്ങളും നല്കിയാണ് ഇതിഹാസങ്ങളിലെയും പുരാണ
ങ്ങളിലെയും കഥാപാത്രങ്ങളെ സൃഷ്ടിച്ചുള്ളത്. ഈ കഥാപാത്രങ്ങൾ
— ഇപ്പോൾ നമ്മുടെ ദേവീദേവന്മാർ — സംഗീതത്തിലും സാഹിത്യത്തിലും
ഇതരകലകളിലും ഭക്തിയുടേയും സൗന്ദര്യദർശനത്തിന്റേയും ആകാശ
ങ്ങളിലേക്ക് നമ്മെ ഉയർത്തിയിട്ടുണ്ട്. അതായത് അവർക്ക് സൗന്ദര്യശാ
സ്ത്രപരമായ ഉള്ളടക്കം കൂടി നാം നല്കിയിരിക്കുന്നു. പ്രപഞ്ചത്തിന്റെ,
പ്രകൃതിയുടെ, ജീവിതത്തിന്റെ, സൃഷ്ടി സ്ഥിതി സംഹാരാത്മകതയുടെ
സുന്ദരവും ഭീഷണവുമായ സ്വഭാവത്തെയാണ് ഈ രൂപങ്ങളിലൂടെ പ്രതീ
കവല്ക്കരിച്ചിരിക്കുന്നത്. സൗന്ദര്യം ഭീഷണമാകുന്നത് അതിൽ നിക്ഷി
പ്തമായിരിക്കുന്ന ഭീഷണാഭാവം കൊണ്ടുകൂടിയാണ്. പ്രപഞ്ചത്തിന്റേയും
ജീവിതത്തിന്റേയും നാടകരഹസ്യം ഭാഷയ്ക്ക് വിനിമയം ചെയ്യാനാകാ
ത്തതാണ്. അതുകൊണ്ടാണ് ഋഷികളും കവികളും ബിംബങ്ങളെ ആശ്ര
യിക്കുന്നത്.

ശ്രീനാരായണഗുരുവിന്റെ *കാളിനാടകം* എന്ന കൃതി, കാളി എന്ന
പുരാണകഥാപാത്രത്തെ — ദേവിയെ — പ്രതീകമാക്കി പ്രപഞ്ചത്തിന്റെ
നാടകം ആവിഷ്കരിക്കുകയാണ്. അല്ലെങ്കിൽ പ്രപഞ്ചനാടകം കാളിയി
ലൂടെ കാണുകയാണ്. കാളി കറുത്തതാണ്. കാളി എന്ന വാക്ക് കറുപ്പ്
നിറത്തെ — കാളിമയെയാണ് സൂചിപ്പിക്കുന്നത്. കറുപ്പുനിറം അജ്ഞേ
യതയുടെ നിറമാണ്. അജ്ഞേയതയുടെ ബോദ്ധ്യമാണ് അറിവ്.
ജ്ഞാനം. ഗുരുവിന്റെ ദാർശനിക ജ്ഞാനം പലപ്പോഴും എത്തിച്ചേരുന്നത്
'അനിർവ്വചനീയത'യുടെ ഈ ജ്ഞാനത്തിലാണ്.

കാളി എന്നതിന് രണ്ടർത്ഥവിതാനങ്ങളെടുക്കാം. ഒന്ന്, ചരിത്രപര മായി. രണ്ട്, ദാർശനികമായി. കാളി കറുത്തതായതുകൊണ്ട് അത് ആദിമ ജനതയുടെ ദേവതയാണെന്നു പറയാം. ദാർശനികമായി കാളിയുടെ കാളിമ അനാദിയുടെ ശൂന്യതയെ കുറിക്കുന്നു എന്നും പറയാം. കാളിക്ക് കാലി എന്ന് ലിപിഭേദത്തോടെ പ്രയോഗമുണ്ട്. അപ്പോൾ ശൂന്യത എന്നാണ് അർത്ഥം വരുന്നത്. മോചനത്തിന്റെ നിറം കറുപ്പ് — ശൂന്യത യുടെ നിറം — ആണെന്ന് ബുദ്ധൻ. സ്ത്രീദൈവം നമ്മുടെ ഏറ്റവും പ്രാചീ നമായ ദൈവരൂപമാണ്. അതിന്റെ പരിണതിയായി വന്നതാണ് സരസ്വ തിയും ലക്ഷ്മിയും പാർവ്വതിയും മറ്റും. സ്ത്രീദൈവങ്ങൾക്ക് സ്ത്രീസ്വാ തന്ത്ര്യത്തിന്റേതായ ഒരു പ്രത്യയശാസ്ത്രധ്വനിയുണ്ട്. ഇവിടെ കാളി കാമ രൂപിണിയാണ്. ത്രിപുരസൗന്ദര്യത്തിന്റെ പ്രകാശപ്രഭവമാണ്. കരാളോ ന്നതമായ ദംഷ്ട്രകളും കുന്തവും കൃപാണവുംകൊണ്ട് ആധിപത്യശക്തി കളെ വിറപ്പിക്കുന്നവളാണ്.

കാളി ഏതെങ്കിലും മതത്തിന്റെ ദേവതയല്ല. ഇന്ത്യയിലെ ദേവന്മാ രുടെയോ ദേവിമാരുടെയോ രൂപദർശനത്തിന്റെ പേറ്റന്റ് അവകാശപ്പെ ടാൻ ഒരു മതത്തിനും പറ്റില്ല. അത് നമ്മുടെ പുരാതനമായ ആത്മീയ സംസ്കാരത്തിന്റെ ദർശനസ്വരൂപങ്ങളാണ്. വേദങ്ങളുടെയും ഉപനിഷ ത്തുക്കളുടെയും പുരാണങ്ങളുടെയും കാലത്ത് ഇന്ത്യയിലോ ലോക ത്തിലോ ഒരു മതമുണ്ടായിരുന്നില്ല. അതുകൊണ്ട് അവ മതഗ്രന്ഥങ്ങ ളുമല്ല. ലോകത്തിന്നുള്ള മതങ്ങൾക്ക് കൂടിയാൽ മൂവായിരം വർഷത്തെ പ്രായമേ കാണൂ.

അനാദിയുടെ സങ്കല്പത്തിനു പ്രാപഞ്ചികലീലയുടെ ദാർശനിക മാനം നല്കി അതിന്റെ കാവ്യനാടകം രചിക്കുകയാണ് ഗുരു. കാളി സൗന്ദ ര്യോത്സവമാണ്. സർവ്വരഞ്ജിനിയാണ്. നിർദ്ദാക്ഷിണ്യമായ സൃഷ്ടി സ്ഥിതി സംഹാരത്തിന്റെ ഘോരരൂപം പൂണ്ടവളാണ്. കാളിയുടെ ലാസ്യ വിലാസഭാവങ്ങളും കരാളഭാവങ്ങളും ഒന്നിനോട് ഒന്ന് ഇണങ്ങിച്ചേരും വിധമാണ് ഗുരു വർണ്ണിച്ചിരിക്കുന്നത്. പ്രപഞ്ചത്തിന്റെയും പ്രകൃതിയു ടെയും സ്വഭാവവൈചിത്ര്യങ്ങൾക്ക് — വൈരുദ്ധ്യങ്ങൾക്ക് — ഒരു ദേവ താരൂപം നല്കി അവയുടെ രഹസ്യാത്മകതയെ ഗുരു പൂജനീയമാ ക്കുന്നു. നമ്മുടെ അവബോധത്തിലോ — ഹൃദയകോവിലിൽ — പരമ രഹസ്യത്തെ വാഴിക്കുന്നു. നമ്മെക്കൊണ്ട് ആ രഹസ്യാത്മകതയുടെ സർഗ്ഗാത്മക സൗന്ദര്യപൂരത്തിന് നമോവാകം ചൊല്ലിക്കുന്നു. താളബദ്ധ മായ പദശ്രുതിയുടെ ചടുലനടനംകൊണ്ട് ഈ കൃതി നമ്മുടെ ഉള്ളിലേക്ക് ഗംഗാപ്രവാഹംപോലെയാണ് ആഴവും പരപ്പും അലകളുമായി നിപതി ക്കുന്നത്. ഇതിൽ പ്രപഞ്ചത്തിന്റെ സ്വയം സംഭവിക്കുന്ന, സംഭവിച്ചുകൊ ണ്ടിരിക്കുന്ന പ്രകൃതിപ്രക്രിയയെ കാളീദേവിയുടെ നടനമായി നാം കാണുന്നു.

ഭാഷയുടെ വശീകരിക്കുന്ന സ്വരഘടനകൊണ്ട് ഒരു സംഗീതശില്പം പോലെ മന്ദ്ര-മധ്യ-താര സ്ഥായികളിൽ ഒരാലാപനമായി അലയടിക്കുന്ന

കൃതിയാണിത്. ഗുരുവിന്റെ ഹൃദയത്തിലീ പ്രപഞ്ചപ്പൊരുളിന്റെ സംഗീതം സദാ മുഴങ്ങിയിരുന്നു.

കാളിയുടെ മുലകളുടെയും തുടകളുടെയും സൗഭഗം വരച്ചിടുന്നിടത്ത് ഗുരു കാണുന്നത് ജനിമൃതികളുടെ നിഗൂഢനാടകമാടുന്ന ഒരു ദിവ്യ നർത്തകിയുടെ അവയവങ്ങളെയാണ്. നമ്മുടെ ശരീരത്തെ ആസക്തി കൊണ്ടു വീർപ്പിക്കുന്ന 'നാരീസ്തനഭരനാഭീദേശ'ങ്ങളെയല്ല, ദിവ്യവിസ്മയത്തിന്റെ ലീലകളാടുന്ന മഹാനർത്തകിയുടെ സ്വരൂപത്തെയാണ് ഗുരു സംവേദനത്തിന്റെ ഇന്ദ്രിയങ്ങളിലേക്ക് കാവ്യവൈഭവത്തോടെ ഇവിടെ കോറിയിടുന്നത്. സ്ത്രീശരീരം കാമോദ്ദീപകം മാത്രമല്ല; പ്രകൃതിയുടെ, പ്രപഞ്ചത്തിന്റെ നിഗൂഢ മനോഹരശരീരം കൂടിയാണ്.

സൂക്ഷ്മസ്വരൂപിണിയായ കാളിക്ക് നമസ്കാരപൂർവ്വമാണ് കൃതിയുടെ തുടക്കം. കാളി നാദമാണ്, ബിന്ദുവാണ്. നാദത്തിന് രൂപമില്ല. അതിന് വാക്കുകളുടെയോ അർത്ഥങ്ങളുടെയോ ഭാരമില്ല. അത് ഈ പ്രപഞ്ചത്തിൽ അനാദിയായുയരുന്ന ശബ്ദ സാകല്യമാണ്. അതിനെ നാം 'ഓം' എന്ന ബീജാക്ഷരത്തിലൊതുക്കി പണ്ടേ നിശ്ചയിക്കപ്പെട്ടിട്ടുണ്ട്. അപാരതയുടെ കടലിരമ്പം ശംഖിൽ നിക്ഷേപിക്കപ്പെട്ടിട്ടുള്ളതുപോലെ. ബിന്ദു ദൃശ്യമായതിന്റെയെല്ലാം അദൃശ്യകേന്ദ്രമാണ്. അവിടെ സ്ഥലവും കാലവുമില്ല. ശ്രീചക്രമെന്ന പുരാതന ജ്യാമിതീയ രൂപത്തിന്റെ നടുവിലൊരു ബിന്ദുവുണ്ട്. അത് പ്രപഞ്ചത്തിന്റെ സൂക്ഷ്മകേന്ദ്രമായാണ് കല്പിച്ചിരിക്കുന്നത്. അതിന്റെ സർക്കംഫറൻസായി വിടരുന്ന ചിത്രപടം പ്രപഞ്ചത്തിന്റെ സ്ഥൂലരൂപവും. അല്ലെങ്കിൽ ദേവിയുടെ സ്ഥൂലശരീരം. റഷ്യൻ ഗണിതശാസ്ത്രജ്ഞനായ കുലൈച്ചേവ് അതിനെ പ്രപഞ്ചത്തിന്റെ മിനിയേച്ചർ താന്ത്രിക കലാരൂപമായാണ് കാണുന്നത്.

മുനിമാർ, ത്രിമൂർത്തികൾ തുടങ്ങി പ്രപഞ്ചജീവിത കാര്യങ്ങളിൽ പങ്കാളികളായവർ സർവ്വകാരണസ്വരൂപിയായ കാളിയുടെ അടി പണിയുന്നു എന്നാണ് ഗുരു പറയുന്നത്. ഇഹപരങ്ങളുടെ രഹസ്യവിസ്മയം അറിഞ്ഞവർക്ക് ഒരു കാളിനാടകത്തെ സങ്കല്പിക്കാതിരിക്കാനാവില്ല. അതിനെ വാഴ്ത്തിപ്പാടാതിരിക്കാനാവില്ല. അതിന്റെ ലീലാകല കണ്ടു പ്രാർത്ഥിക്കാതിരിക്കാനാവില്ല.

പറയപ്പെടുന്നത്, ഗുരുവിന്റെ ആദ്യകാലകൃതികളിലൊന്നാണ് ഇതെന്നാണ്. ഗുരുവിന്റെ ആദ്യകാലകൃതികളിലും മറ്റു സ്തോത്രകാരന്മാരില്ലാത്ത ഒരധികമാനം കാണാം. ദേവീദേവന്മാരെ സ്തോത്രം ചെയ്യുന്നതിനപ്പുറം പോകുന്ന ഒരു ജീവിതദർശനം — ആത്മാവ്, അറിവ്, ബോധം, അരുൾ, അൻപ് അങ്ങനെയെന്തെല്ലാമോ അതെല്ലാം — ഗുരു പ്രകാശിപ്പിക്കുന്നുണ്ട്. ജീവിതത്തിന്റെ തുടക്കം മുതലേ ഗുരു പ്രപഞ്ചനാടകത്തിന്റെ പൊരുളറിഞ്ഞിരുന്നു. സ്തോത്രകൃതികളും ദാർശനികകൃതികളും തമ്മിലുള്ള വ്യത്യാസം മാറിയ കാലത്തിന്റെ ആവിഷ്കാരഭേദമെന്നേ കരുതേണ്ടൂ. ദാർശനിക കൃതികളിലും ചിലേടത്ത് മൂർത്താമൂർത്ത ബിംബ സങ്കല്പങ്ങളുടെ സങ്കലനം കാണാം.

കാളി സമസ്തപ്രപഞ്ചവും സൃഷ്ടിക്കുന്നതിലും ഭരിക്കുന്നതിലും സംഹരിക്കുന്നതിലും രസിച്ച് രമിച്ച് തന്റെ മഹാനടനം തിമിർത്താടിക്കൊ ണ്ടിരിക്കുകയാണ്. സൃഷ്ടിച്ചും പരിപാലിച്ചും പോന്നതിനെയെല്ലാം കാളി സംഹരിക്കുന്നത്, തന്നിലേക്ക് തിരിച്ചെടുക്കുന്നത് പരമസന്തുഷ്ടിയോ ടെയാണ്. സംഹാരം എന്നത് നശിപ്പിക്കലല്ല, തിരിച്ചെടുക്കലാണ്. അതു കൊണ്ടാണ് 'മുദാ സംഹരിച്ചും' എന്നു ഗുരു പറയുന്നത്. കളിച്ചും പുളച്ചും മഹാഘോരഘോരം അട്ടഹസിച്ചും നടനം ചെയ്യുന്ന കാളി വസിക്കുന്നത് ഗുരുവിന്റെ ആനന്ദദേശത്തിലാണ്. ജനന ജീവിത മരണങ്ങളുടെ പൊരു ളറിയുന്നതിന്റെ ആനന്ദമാണത്. ആ അറിവിന്റെ, അറിവിലുമേറിയ അറി വിന്റെ നിറവാണ് ഗുരുവിന്റെ അകം. കാളിയുള്ളത് അവിടെയാണ്. മറ്റെ ങ്ങുമല്ല.

വ്യക്തമായും വ്യാവഹാരികമായും ആനുഭൂതികമായും ഉള്ളതായി രിക്കുന്ന, സദാചലനംകൊള്ളുന്ന, പരിണമിച്ചുകൊണ്ടിരിക്കുന്ന പ്രപഞ്ച ത്തിന്റെ അകം തുളഞ്ഞ് അതിലെള്ളുപോലെ അണുപ്രായമായിരുന്ന് ആനന്ദം ചൊരിയുന്ന കാളിയെ ആരാധിക്കുന്നവർക്ക് കാളിയല്ലാതെ മറ്റൊരു കൈവല്യരൂപമില്ല. വിശ്വമെല്ലാം നിറഞ്ഞുനില്ക്കുന്ന കാളിക്ക് നാശമില്ല. ഈ കാണുന്ന വിശ്വമെല്ലാം ഒരിക്കൽ മറഞ്ഞുപോകുമോ എന്ന് ആലോചിച്ചു തീർപ്പുകല്പിക്കാൻ ആർക്കാണു ശക്തിയുള്ളത് എന്ന് ഗുരു ചോദിക്കുന്നു. ഈ ചോദ്യം ഋഷികളുടെയും സെയിന്റുകളുടെയും തത്ത്വ ചിന്തകരുടെയും ശാസ്ത്രജ്ഞരുടെയും നേർക്കാണ് പാഞ്ഞുചെല്ലുന്നത്. ഗൗരീശനായ ശംഭുവിന്റെ വൈഭവം ചിന്തനീയമാണ്. പരബ്രഹ്മത്തെ ആനുഭൂതികമായി അറിയാമെന്നും അപരബ്രഹ്മത്തെ ഒരുതരത്തിലും മന സ്സിലാക്കാനാവില്ല എന്നും ആണോ ഇവിടെ വിവക്ഷിക്കുന്നത്? ആത്മാവ്, ചൈതന്യം — Spirit — ആണ് ശിവൻ. ശിവൻ ചിന്തനീയനാണ്, പദാർത്ഥ മാണ്, ശക്തിയാണ് — Matter, Power — കാളി. അത് അചിന്തനീയ മാണ് എന്ന് ഗുരു പറയുകയാണോ? ദ്രവ്യം ഊർജ്ജമായി മാറുമെന്നും ഊർജ്ജം ദ്രവ്യമായി മാറുമെന്നും ഉള്ള ശാസ്ത്രത്തിന്റെ ആധുനികമ തവും ഇവിടെ ചിന്തയ്ക്ക് വിഷയമാക്കാവുന്നതാണ്.

ജനിമൃതികളുടെ, ജീവിതത്തിന്റെ ഭംഗിയും ഭീകരതകളും കൊണ്ടാണ് ഗുരു കാളിയെ ആലേഖനം ചെയ്തിരിക്കുന്നത്. പണ്ടുമു തലേ കാളീരൂപവൈചിത്ര്യത്തിന്റെ സങ്കല്പമിതൊക്കെയാണെങ്കിലും ഗുരുവിന്റെ കാഴ്ചയ്ക്ക് ഒരനന്യതയുണ്ട്.

ആദ്യമായി കാണുന്നത് കാളിയുടെ ശിരസ്സാണ്. ഒഴുകി വീണാൽ ഭൂമിയെ കുത്തിപ്പറിച്ച് ഒലിപ്പിച്ചു കളയാനുള്ള ശക്തി വിയദ്ഗംഗയ്ക്കുണ്ട്. ആകാശാന്തരങ്ങളെ നടുക്കുന്ന ആരവത്തോടെയാവും അത് താഴോട്ടു പതിക്കുക. ആ ഗംഗയെ അടക്കി ഒതുക്കാനുള്ള ഇടമുണ്ട് കാളിയുടെ സമൃദ്ധവും വിസ്തൃതവുമായ ജടയുടെ അന്തരാളത്തിന്. ജടയിൽ അമ്പിലി ത്തെല്ലും എല്ലും ചൂടിയിട്ടുണ്ട്. തിരപോലെ ഇളകിയാടുന്ന മന്ദാരമാലയും മാണിക്യമാലയും ജടയിലണിഞ്ഞിട്ടുണ്ട്. രത്നങ്ങൾ പതിച്ച വെട്ടിത്തി

ളങ്ങുന്ന പൊൻകിരീടവും ശിരസ്സിലുണ്ട്.

പഞ്ചമതിഥിയിലെ ചന്ദ്രന്റെ ശോഭാതിരേകത്തെപ്പോലും തോല്പിച്ചു കളയുന്ന നെറ്റി. ആ നെറ്റിയുടെ തിളക്കവും സൗന്ദര്യവും കണ്ട് സപ്ത സമുദ്രങ്ങളെ അരയിലരഞ്ഞാണമായണിഞ്ഞിട്ടുള്ള ഭൂമിയുടെ മണാള നായ വിഷ്ണുവും മഹാദേവനും ബ്രഹ്മനും മായാമോഹിതരായിരിക്കു കയാണ്. മഹാത്മാക്കളായുള്ളവർക്കും ആലോചിച്ചുനോക്കിയാൽ കാളി യുടെ മായാവൈഭവം തരണം ചെയ്യാനാകാത്തതാകുന്നു.

കാമദേവന്റെ പൂവില്ലിനെ അല്ലൽപ്പെടുത്തുന്നതാണ് കാളിയുടെ പുരി കക്കൊടികൾ. മോഹിപ്പിക്കുന്ന സൗന്ദര്യത്തിന്റെ, കാമസൗഭഗത്തിന്റെ ദേവനാണ് കാമൻ. കാമന്റെ വില്ല് പൂവുകൊണ്ടുള്ളത്. അതിൽ തൊടു ത്തുവിടുന്ന അമ്പുകളും അഞ്ചു പൂക്കൾ. വില്ലുപോലെ മനോഹരമായി വളഞ്ഞ കാളിയുടെ പുരികങ്ങൾ കാമന്റെ പൂവില്ലിനുപോലും ദുഃഖമുള വാക്കുന്നതാണ്. അതിന്റെ തല്ലുകൊണ്ടാൽ കാമനും അടങ്ങിപ്പോകും. ആ പുരികക്കൊടിയുടെ ഒരു ചലനം മതി കാമത്തിന്റെ ദേവനായ കാമന്റെ കാമംപോലും അടങ്ങാനത്രേ. അത്രയ്ക്ക് കാമമോഹനമാണ് കാളിയുടെ പുരികക്കൊടികൾ. കാമത്തിന്റെ മൂർത്തിയെപ്പോലും അടക്കാൻ കെല്പു ള്ളത്. ഭക്തരെ സംബന്ധിച്ചിടത്തോളം അവരുടെ ദുഃഖങ്ങളെ കെടുത്തു ന്നതാണ് ആ പുരികക്കൊടികളും കൃപയുടെ തേന്മഴ ചൊരിയുന്ന കണ്ണു കളും. ആ കൃപയുടെ മഴ ഒരു കല്ലോലിനിയായി മാറുന്നു. കാളിയുടെ സ്നേഹമഴ പെയ്ത് ഒഴുകിനിറയുന്ന ആ കല്ലോലിനി ആനന്ദത്തിന്റെ ഒരു കടലായി മാറുന്നു. ആ കടലിന്റെ അക്കരെ ഭക്തർനിന്ന് സ്തോത്രം ചെയ്യുന്നു. ഇതെല്ലാം കേട്ട് വിളയാടുന്ന കാളിയുടെ കാതുകളിൽ സൗവർണ്ണവും രത്നമയവുമായ കുണ്ഡലങ്ങൾ. ആ കുണ്ഡലങ്ങളുടെ ശോഭായമാനമായ പ്രകാശപ്രസരം പതിച്ച് സാന്ധ്യമേഘശോഭ പ്രതി ഫലിക്കുന്ന കാളിയുടെ കണ്ണാടിക്കവിൾത്തടങ്ങൾ. ചെമ്പരത്തിപ്പൂവിന്റെ ചുവപ്പും നമിച്ചുപോകുന്ന മണിച്ചുണ്ടുകൾ. പളുങ്കുപോലെ ശുഭ്രമായ, മുത്തുപടത്തെ നാണിപ്പിക്കുന്ന പല്ലുകൾ.

പൂർണ്ണചന്ദ്രനുപോലും അഴലിന്റെ നിഴലുണ്ടാക്കുന്ന കാളിയുടെ വദന ബിംബം അതിനൊരെതിരാളിയായി വിളങ്ങുന്നു. കരാളവും ഉന്നതവും ശ്രീകരവുമായ രണ്ടു ദംഷ്ട്രകൾ ആ മനോഹര വദനബിംബത്തെ ഭീഷ ണമാക്കുകയും ചെയ്യുന്നു. കാളിയുടെ ദംഷ്ട്രകൾ ഭീഷണീയം മാത്രമല്ല. അത് ശ്രീകരവും (മംഗളകരം) കൂടിയാണെന്ന് ഗുരു കാണുന്നു. കാരണം അത് ജീവിതത്തിന് അർത്ഥവും സൗന്ദര്യവും നല്കുന്ന മൃതി, വിനാശ ങ്ങളെ ചെയ്യുന്നതാണ്. ജീവിതത്തിന് മംഗളം — നൈരന്തര്യത്തിന്റെ ശുഭം — കൊണ്ടുവരുന്നതാണ് കാളിയുടെ കൈകളിൽ കിലുങ്ങുന്ന വളകൾ.

കാളിയുടെ ചുറ്റും തന്റെ കിങ്കരന്മാരായ ഭൂതങ്ങളും വേതാളങ്ങളും കൂളികളും. അട്ടഹാസങ്ങളിട്ടു പറക്കുന്ന കുന്തം, കടഞ്ഞ ശംഖ്, വാള്, തലയോട് എന്നിവ ധരിച്ചുകൊണ്ടാണ് കാളി തന്റെ പ്രപഞ്ച ജീവിതനാ ടകമാടിക്കൊണ്ടിരിക്കുന്നത്. എതിർക്കാൻ വരുന്ന ഭടന്മാർ കേട്ടപാടെ തിരി

ച്ചോടുംവിധം ഭീകരവും ഉച്ചവുമാണ് കാളിയുടെ കണ്ഠസ്വനം. അത് സിംഹത്തിന്റെ അലർച്ചയ്ക്കുപോലും ക്ഷീണമുണ്ടാക്കുന്നതാണ്. എട്ടു ദിക്കുകളെയും പൊടിച്ചുകളയുന്ന കാളിയുടെ പൊട്ടിച്ചിരി ഇടിവെട്ടിനു പോലും മുഴക്കമെന്തെന്നു പഠിപ്പിച്ചുകൊടുക്കുന്നതാണ്.

കഠിനമായ, ഉലയാത്ത പന്തുകൾപോലെയാണ് കാളിയുടെ മുല കൾ. തുടി, കിങ്കിണി, വേണു, വീണ എന്നിവ പ്രയോഗിച്ചും മീട്ടിയു മുള്ള ദേവന്മാരുടെ — അംബരവാസികളുടെ — നൃത്തസംഗീതങ്ങൾ കേട്ട് താളം പിടിക്കുംമട്ടിൽ കുങ്കുമച്ചാറും ചന്ദനച്ചാറും പുരട്ടി സുവാസിതമാ ക്കിയ കാളിയുടെ രണ്ടുമുലകളും ഇളകിക്കൊണ്ടിരിക്കുന്നു. പളുങ്കു പോലെ തിളങ്ങുന്ന മുത്തുകൾ പതിച്ച മുത്തുപടത്താലി. കല്പവൃക്ഷ ത്തിന്റെ ഇലകൾ, പൂങ്കുലത്തൊത്തുകൾ എന്നിവ കോർത്തിട്ട മാലകൾ. പിന്നെയും ഏതാനും അലങ്കാരങ്ങൾ. ഇതൊക്കെ വർണ്ണിക്കാൻ ശക്ത രായി ആരുംതന്നെയില്ല.

കൈപ്പിടിയിലൊതുങ്ങുന്നതാണ് കാളിയുടെ വയറ്. സ്ത്രീക്ക് അര ക്കെട്ട് ചുരുങ്ങിയിരിക്കുന്നത് സൗന്ദര്യലക്ഷണം. 'ഉടലൊതുങ്ങിയോൾ, മദ്ധ്യം ചുരുങ്ങിയോൾ, ചൊടികൾ തൊണ്ടിപ്പഴം പോൽ തിളങ്ങുവോൾ, മുലകളാൽ തെല്ലുചായുവോൾ' എന്ന് സ്ത്രീസൗന്ദര്യത്തെക്കുറിച്ച് കാളി ദാസൻ. ഒതുങ്ങിയ വയറിനു താഴെയായി കാളി മനോഹരമായ മണിപ്പ ട്ടുടുത്തിരിക്കുന്നു. അതിനുമീതെ കച്ചപ്പുറം എന്ന പടിയരഞ്ഞാണം കെട്ടി യിരിക്കുന്നു, പട്ടുചേല മുറുകിയിരിക്കുന്നതിനുവേണ്ടി. കാളിയുടെ അര ക്കെട്ട് — നിതംബം — കാമന്റെ തേർച്ചക്രം പൊതിയുന്ന രത്നഖചിത മായ അർദ്ധകുംഭംപോലെ. ആ നിതംബക്കാമകുംഭത്തിൽനിന്ന് താഴേ ക്കിറങ്ങുന്ന തുടക്കാമ്പുകൾ. ആനയുടെ തുമ്പിക്കൈകൾപോലെ, അല്ല, അവയുടെ മുഴുപ്പും മിനുപ്പും ഐശ്വര്യവും നമിക്കുന്നതാണ് ആ തുട ക്കാമ്പുകൾ. 'കാമേശജ്ഞാതസൗഭാഗ്യമാർദ്ദവോരുദ്വയാന്വിത' എന്ന് ലളിതാസഹസ്രനാമം.

കാമന്റെ ആവനാഴിയോട് കലഹിച്ചു ജയിക്കുന്ന കാളിയുടെ പൊന്നും കണങ്കാലുകൾ. കാളിയുടെ പാദങ്ങളുടെ പുറവടിവ് ആമയുടെ ആകൃതിക്ക് സദൃശമെന്നല്ല പറയേണ്ടത്. കാളിയുടെ പാദങ്ങളുടെ വടിവും ഭംഗിയും കണ്ട് തോറ്റ്, നാണിച്ച് ആമ ജലാശയത്തിനടിയിൽച്ചെന്ന് തപ സ്സിരിക്കും എന്നാണ്. കാളിയുടെ കണങ്കാലടികളിലെ താമരപ്പൂവിൽ നിറ യുന്ന പൂന്തേൻ നുകർന്ന് ആനന്ദം പൂണ്ടുവിളങ്ങുന്ന ദേവസ്ത്രീകൾ. അവരുടെ സ്തുതി ഗാനമേളം, മധുരമായ വീണാനാദം, നാനാവിധത്തി ലുള്ള വാദ്യഘോഷങ്ങൾ. ഇതൊക്കെ ശ്രവിച്ച് സഖിത്വത്തോടെ ചിലമ്പു കിലുങ്ങുന്ന നര്യാണികൊണ്ട് കാളി പതുക്കെ നടക്കുന്നു. കുറച്ചു നടന്ന് പിന്നെ കൈലാസശൃംഗത്തിലിരുന്നും പരിലസിക്കുന്നു. തന്റെ ചുറ്റും കൂടി യിരിക്കുന്ന ദേവനാരികളുടെ സമക്ഷം അറിയുന്നു. ദേവന്മാർ നമിക്കുന്ന തറിഞ്ഞ് അവരെ കടാക്ഷിക്കുന്നു. അങ്ങനെ ആത്മാനന്ദത്തോടെ, ആശിച്ച കാര്യങ്ങളെല്ലാം സാധിച്ച്, കാളിയുടെ പദാന്തം ഭജിച്ച്, കൈലാസശൃംഗ

ത്തിൽ തന്നെ സുഖിച്ചും രമിച്ചും വസിക്കുന്നവർ, കാലക്രമേണ സ്വാർത്ഥ രായി സംഭ്രമിച്ച് ദുഃഖിതരായിത്തീരുന്നു — കാളി തൃക്കൺ ചുളിച്ച് ഒന്നു കടാക്ഷിക്കാത്തതുകാരണം.

കാരുണ്യരാശിയായ അംബേ, കാളീ, ഈ മഹാഘോരമായ സംസാര സമുദ്രം കടന്ന് അക്കരെയെത്താൻ നിന്റെ തൃപ്പാദങ്ങളുടെ താരിണക്ക പ്പല്ലാതെ മറ്റൊരാലംബവുമില്ല. ഞാൻ വന്നത്, വിചാരിക്കുന്നതെല്ലാം കൊടുക്കുന്ന അവിടുത്തെ തൃക്കണ്ണുകളുടെ തേൻകടാക്ഷം ലഭിക്കാ നാണ്. നിന്റെ പദാംഭോജ വൈമുഖ്യം എനിക്കുണ്ടാകരുത്. പണം, പെണ്ണ്, മണ്ണ് എന്നിവയിൽ ആസക്തനായി, ഗുണഹീനനായി ആശ്വസിച്ചു കഴി യുവാൻ ഇടയാക്കരുത്. ഈ മായാവിലാസം പെട്ടെന്നൊരുനിമിഷത്തിൽ നിന്നുപോകും. ഈ ക്ഷീണലോകപ്രവാഹം ക്ഷണികമാണ്. ക്ഷണ ജ്യോതി — ആത്മപ്രകാശം — പെട്ടെന്നൊരു നിമിഷത്തിലാണ് ഉദിച്ചുയ രുന്നതെങ്കിലും അത് ആചന്ദ്രതാരം നിലനില്ക്കുന്നതാണ്.

കാളിയുടെ രൂപം പ്രകൃതിയുടെ സ്ഥലത്തെ സൂചിപ്പിക്കുന്നതായി വിചാരിക്കാം. കാളിയുടെ ചലനം കാലത്തെയും. ഐൻസ്റ്റീന്റെ ആപേ ക്ഷികതാസിദ്ധാന്ത — Theory of Relativity — മനുസരിച്ച് സ്ഥലം കാല ത്തിലാണുള്ളത്. കാലം സ്ഥലത്തിലും. ഈ നിഗൂഢ ചലനദൃശ്യം നമുക്കു കണ്ടുകൂടാ. ഗുരു അതുകണ്ട് അതിന്റെ ദൃശ്യവല്ക്കൃതരൂപം നിർമ്മിച്ചി രിക്കുകയാണ് ഇവിടെ. ഈ കൃതിയിലെ — ഗുരുവിന്റെ എല്ലാ കൃതികളി ലെയും — ഓരോ സ്റ്റാൻസായുമെടുത്ത് അർത്ഥവും അത് അനുരണനം ചെയ്യുന്ന അർത്ഥാന്തരങ്ങളും പറയാൻ തുടങ്ങിയാൽ ഒന്നോ അതിലധി കമോ ഗ്രന്ഥങ്ങളെഴുതേണ്ടിവരും.

9
നിർവൃതിയുടെ പഞ്ചകം

നമ്മുടെ ബോധത്തിന് കേവലവും മനോഹരവുമായ ഒരു നിറവിന്റെ തലമുണ്ട്. അവബോധത്തിന്റെ നാവനങ്ങാത്ത ബോദ്ധ്യമാണത്. അതിന് ഒരു ഉള്ളടക്കമില്ല. അനുഭവിക്കാനായി ഒരഹം അവിടെ അവശേഷിക്കു ന്നില്ല. അവിടെ വിഷയമില്ല. വിഷയിയുമില്ല. അനുഭവവും അഹവും വിഷ യവും വിഷയിയും ഒക്കെ ദ്വന്ദങ്ങളെ സൃഷ്ടിക്കുന്ന അവസ്ഥകളാണ്. ഇവിടെ ദ്വന്ദം നിലനില്ക്കുന്നില്ല. അത് ബുദ്ധത്വമാണ്. മഹാശൂന്യത വന്നു നിറയുന്ന നിർവ്വാണത്തിന്റെ തലം. ഇതിനെയാണ് ബോധോദയമെന്നു നാം വിളിക്കുന്നത്. ബുദ്ധനിതിനെ 'അനത്ത' എന്നു പറയുന്നു. അതാ യത് അഹമില്ലാത്ത അവസ്ഥ. അത് സമ്പൂർണ്ണതയുടെ അവസ്ഥയാണ്. സമ്പൂർണ്ണതയെ വിശദീകരിക്കാനോ നിർവ്വചിക്കാനോ ആവില്ല. വിശദീ കരണത്തിനും നിർവ്വചനത്തിനുമൊക്കെ വഴങ്ങുന്നത് വിഭാഗീയതകളാണ്. അനേകമായി നുറുങ്ങിയ ബോധത്തിന്റെ കഷണങ്ങളാണ്.

നമ്മുടെ ജ്ഞാനേന്ദ്രിയങ്ങളിലൂടെ നാം സ്വരൂപിക്കുന്ന ബോധത്തിന് ഏകതയോ സമഗ്രതയോ സമ്പൂർണ്ണതയോ ഇല്ല. കാഴ്ചയിലും കേൾവി യിലും രുചിയിലും ഗന്ധത്തിലും സ്പർശത്തിലും കൂടി നാം അനുഭവി ക്കുന്നത് ബോധത്തിന്റെ ഓരോ കഷണങ്ങളെയാണ്. ഓരോ കഷണവും പിന്നെയും അനേകങ്ങളായി പൊട്ടിച്ചിതറുന്നതാണ്. അവിടെ അനുഭവ മുണ്ട്. അനുഭവിക്കുന്നയാളുമുണ്ട്. വിഷയമുണ്ട്. വിഷയിയുമുണ്ട്. അഴ ലുകളുണ്ട്. ഇന്ദ്രിയങ്ങളുടെ ഈ വികലാനുഭവങ്ങൾക്കതീതമായി നമ്മുടെ ബോധം ഉദിച്ചുയരുന്ന ഒരു തലമുണ്ട്. അനിർവ്വചനീയമായ നിർവൃതി യുടെ തലമാണത്. അവിടെ മറ്റൊന്നുമില്ല. ബോധം മാത്രം. അത് അണു തൊട്ട് മഹത് വരെ അഖിലാത്മകമായി വ്യാപിക്കുന്നതും നിറയുന്നതു മാണ്. അത് ജീവന്റെ പ്രഫുല്ലതയാണ്.

ശ്രീനാരായണഗുരുവിന്റെ കൃതികളിൽ ഈ ആനുഭൂതികജ്ഞാന
ത്തിന്റെ ആഴങ്ങളാണുള്ളത്. ഒരുപാടൊരുപാട് ദൃഷ്ടാന്തങ്ങളതിനു തെളി
വായി നമുക്കു ചൂണ്ടിക്കാട്ടാനാവും. ഏതെങ്കിലും സിദ്ധാന്തം സ്ഥാപി
ച്ചെടുക്കാനായി ബുദ്ധിപരമായ കാർക്കശ്യങ്ങളിലേക്കു നയിക്കുന്ന ഒരു
ചർച്ച എവിടെയും ഗുരു നടത്തുന്നില്ല. ഏതെങ്കിലും തരത്തിലുള്ള ഒരു
സിദ്ധാന്തമോ വിശ്വാസമോ ആചാരമോ അനുഷ്ഠാനമോ ഗുരു കല്പിച്ച
രുളുന്നില്ല. നിലവിലിരുന്ന സാമൂഹ്യസംസ്കാരത്തെ തിരുത്തുന്നതിന്,
അതിന്റെ മാനവികവിരുദ്ധമായ ഉള്ളടക്കത്തെ പൊളിച്ചുമാറ്റുന്നതിന്, ഗുരു
വിന് തന്റെ തന്ത്രപൂർവ്വമായ സമീപനത്തിൽ അനുക്രമമായ ചില ഒത്തു
തീർപ്പുകൾ ചെയ്യേണ്ടിവന്നിട്ടുണ്ടെന്നു തോന്നാം. പക്ഷേ, അത് ഒത്തു
തീർപ്പല്ല, വിപ്ലവകരമായ ചാട്ടങ്ങളുടെ (Leap)ഘട്ടമാണ്. പരമമായ സ്വാത
ന്ത്ര്യത്തിന്റെ കൊടി പാറിച്ചുകൊണ്ടാണ് ഗുരുവിന്റെ നില്പ്.

കേവലം അഞ് കൊച്ചു ശ്ലോകങ്ങളുള്ള ഗുരുവിന്റെ ഒരു കൃതിയാണ്
നിർവൃതിപഞ്ചകം. സംസ്കൃതത്തിലാണ് ഈ കൃതി രചിച്ചിരിക്കുന്നത്.
1914 ൽ ആണ് ഈ കൃതി രചിച്ചത് എന്ന് ഡോ. ടി ഭാസ്കരൻ പറയുന്നു.
അദ്വയവും കേവലവുമായ ബോധത്തിന്റെ നിർവൃതിയിലെത്താനുള്ള
മാനസിക സാധനകളാണ് ഗുരു ഇതിൽ നിർദ്ദേശിച്ചിരിക്കുന്നത്. രാവിലെ
കുളിച്ചുവന്ന് പത്മാസനത്തിലിരുന്ന് പ്രാണായാമം ചെയ്യുന്നതുകൊണ്ടോ
കണ്ണടച്ച് ഇരുട്ടാക്കുന്നതുകൊണ്ടോ അത് ലഭിക്കുന്നില്ല. പിന്നെ എന്തു
ചെയ്യണം? ഗുരു പറയുന്നു:

പേരെന്ത്, നാടേത്, ജാതിയേത്, ജോലിയെന്ത്, വയസ്സെത്ര എന്നീ
ചോദ്യങ്ങളുടെ വൈകല്യമടങ്ങി മൗനമുഗ്ധമാകുന്ന ഹൃദയത്തിലേ
നിർവൃതി വന്നു നിറയൂ. ധ്യാനത്തെപ്പറ്റി പറയുമ്പോൾ ജിദ്ദു കൃഷ്ണ
മൂർത്തി, ഒരു മരം കാണുമ്പോൾ അതിന്റെ പേരോർക്കാതെ നിരീക്ഷി
ക്കുക എന്നു പറയുന്നുണ്ട്. അഹംബോധം നിറഞ്ഞ മനസ്സാണ് ഇത്തരം
ചോദ്യങ്ങൾ ചോദിക്കുന്നത്. മനുഷ്യനെയും മറ്റു ചരാചരങ്ങളെയും ഇപ്ര
കാരം വേർപിരിച്ചു വേർപിരിച്ചു പേരിട്ടും പേരിനുമേൽ പേരിട്ടും മറ്റടയാ
ളങ്ങൾ ഇട്ടും കാണാനാഗ്രഹിക്കുന്നത്. അഹംബോധമില്ലായ്മയുടെ
അവസ്ഥ അഗാധമായ പ്രേമത്തിന്റെ അവസ്ഥയാണ്. അവിടെ വേർതി
രിവുകളില്ല. അവിടെ ശകലിതബോധത്തിന്റെ വ്യഥകളായല്ല അറിവു
വന്നുനിറയുന്നത്. അത് അറിവായതുകൊണ്ട് അതിനു വേറൊന്നും അറി
യണ്ട. അത് സാകലത്തിന്റെ കൈവല്യമാണ്. നമുക്ക് നിർവൃതിയുടെ
നിറവുണ്ടാകുമ്പോൾ അവിടെ ആർക്കും പേരില്ല, നാടില്ല, ജാതിയില്ല,
മതമില്ല, ജോലിയില്ല, പ്രായമില്ല. യഹോവയും അല്ലാഹുവും ശിവനും
അവിടെ ഒന്നാകുന്നു. ബുദ്ധനും ക്രിസ്തുവും മുഹമ്മദും മഹാവീരനും
രാമകൃഷ്ണനും രമണനും എല്ലാം അവിടെ ഒന്നാകുന്നു. അവിടെ
അവർക്കു പേരില്ല. ദേശവ്യത്യാസമില്ല. മതത്തിന്റെ അതിരുകളും ഭേദക
ല്പനകളുമില്ല. ആചാരമോ അനുഷ്ഠാനമോ ഇല്ല. സിദ്ധാന്തങ്ങൾ ഇല്ല.
ഇതൊരു വികാരമോ വിചാരമോ അല്ല.

വരൂ, പോകൂ, പോകരുത്, പ്രവേശിക്കുക, എവിടെ പോകുന്നു എന്നീ പറച്ചിലുകളൊന്നും നിർവൃതിയിൽനിന്നുയരുന്നില്ല. അത് നേരിയ ഒരു കല്ലോലംപോലും ഉളവാകാത്ത നിറവാണ്. മഹസ്സിന്റെ ആഴമാണ്. അത് ശ്രദ്ധയാണ്. സാക്ഷ്യവസ്ഥയാണ്. നിഴലില്ലാത്ത സ്വരൂപമാണ്. അഴലി ല്ലാത്ത പ്രളയമാണ്. മരണവും ഉയിർക്കലുമാണ്. സമ്പൂർണ്ണമായ ഉണർവ്വും ഊർജ്ജവുമാണ്. ഗുരുവും രമണമഹർഷിയും തമ്മിൽ കണ്ടു മുട്ടിയപ്പോൾ ഒന്നും മിണ്ടാതെ പരസ്പരം നോക്കിയിരുന്നു എന്നാണ് പറയപ്പെടുന്നത്. അവർ തമ്മിൽ എന്തു പറയാൻ? രണ്ടുപേരും ബുദ്ധത്വം പ്രാപിച്ചവർ. നിർവൃതിയിൽ നിറഞ്ഞവർ. ബുദ്ധനൊരു വ്യക്തിയല്ല. ഒര വസ്ഥയാണ്. ഏറ്റവും ഉന്നതവും ഗംഭീരവുമായ പ്രേമത്തിന്റെ അവസ്ഥ. ബുദ്ധമന്ദഹാസത്തിന്റെ അവസ്ഥ. മഹാമൗനത്തിന്റെ അവസ്ഥ. ഈ അവ സ്ഥയെക്കുറിച്ച് ഗുരു തന്റെ ഈശാവാസ്യം പരിഭാഷയിൽ ഇങ്ങനെയും.

അത് നിശ്ചലമാണ്, ഏകമാണ്. മനോവേഗത്തെപ്പോലും ജയിക്കു ന്നതാണ്. ഇന്ദ്രിയങ്ങൾക്ക് ഒരിക്കലും അതിലേക്കെത്താനാവുന്നി ല്ല. അത് ലോലമാണ്. അത് അലോലമാണ്. അത് ദൂരത്താണ്. അത് അടുത്താണ്. അത് എല്ലാത്തിന്റെയും ഉള്ളിലാണ്. അത് എല്ലാത്തി ന്റെയും പുറത്താണ്.

ഭാഷയുടെ അർത്ഥ സംവേദന — വിനിമയ വ്യവസ്ഥകളെല്ലാം ഇവിടെ അസ്തപ്രജ്ഞമാകുന്നത് നമുക്കു കാണാം.

ഈ അവസ്ഥയിലാർക്കു ചോദിക്കാനാകും, എവിടെ പോകുന്നു, എപ്പോൾ വന്നു, എവിടെനിന്നു വന്നു, ആരാണ് എന്നീ ചോദ്യങ്ങൾ? എവിടെ പോകാൻ, പോകാനൊരു സ്ഥലമില്ലാത്തപ്പോൾ? അല്ലെങ്കിൽ എല്ലാ ദിക്കും സ്ഥലവും ഒരു ബിന്ദുവായി സാന്ദ്രീകരിക്കുന്ന ബോധാവ സ്ഥയിൽ എവിടേക്കു പോകും, എവിടേക്കും വരും? ആരു പോകാൻ ആരു വരാൻ — അപരനോ അപരത്വമോ ഇല്ലാത്തപ്പോൾ? എപ്പോൾ വന്നു എന്ന ചോദ്യത്തിനും പ്രസക്തി നഷ്ടപ്പെടുന്നു. കാലമുണ്ടെങ്കിലല്ലേ എപ്പോൾ എന്ന വാക്കിനർത്ഥമുള്ളൂ. അനാദിയുടെയും അനന്തതയു ടെയും ബോധാവസ്ഥയിൽ എപ്പോൾ എന്നതിന് എന്തർത്ഥം, എന്ന് എന്ന തിനെന്തർത്ഥം? നിർവൃതി നിറഞ്ഞ ബോധാവസ്ഥയിൽ കാലമില്ല. അത് അകാലമാണ്. അവിടെ ഉദയാസ്തമയങ്ങളില്ല. കലണ്ടറോ ഘടികാരമോ ഇല്ല.

ഞാൻ, നീ, അവൻ, ഇവൻ, അകത്ത്, പുറത്ത്, ഉണ്ട്, ഇല്ല എന്നീ ചിന്തകളും നിർവൃതിയുടെ അവസ്ഥയിൽ ഇല്ല. സർവ്വാതീതമായ ഒരു ബോധാവസ്ഥയെക്കുറിച്ചാണ് ഗുരു ഇവിടെ പറയുന്നത്. അത് ദൈവാവ സ്ഥയാണ്. സകല ദ്വന്ദങ്ങളും മാഞ്ഞ് 'അകവും പുറവും തിങ്ങും മഹി മാവാകുന്ന' അവസ്ഥ. അവിടെ ഈ ലോകമോ ജീവിതമോ ദൈവമോ ഉണ്ടെന്നോ ഇല്ലെന്നോ ഉള്ള നിശ്ചയത്തിനോ സന്ദേഹത്തിനോ സ്ഥാന മില്ല. ദൈവത്തിന് ദൈവം ഉണ്ടെന്നോ ഇല്ലെന്നോ വിചാരിക്കേണ്ട കാര്യ

മില്ല. ആ അവസ്ഥ ദൃശ്യത്തിന്റെതോ കേൾവിയുടെയോ രുചിയുടെയോ ഗന്ധത്തിന്റെയോ സ്പർശത്തിന്റെയോ വികലവും വിഭാഗീയവുമായ അവസ്ഥയല്ല. അത് ഏകമായ അവസ്ഥയുടെ കേവലതലമാണ്. അവിടെയെല്ലാം തെളിയുന്നു. ഒന്നും പ്രത്യേകം പ്രത്യേകമായി തെളിയുന്നില്ല. അവിടെ വികാരവിചാരങ്ങളോ വാദപ്രതിവാദങ്ങളോ തർക്കങ്ങളോ ചർച്ചകളോ ഇല്ല. അവിടെ അറിഞ്ഞതില്ല, അറിയാത്തതില്ല, സ്വന്തമില്ല, അന്യനില്ല. പിളർപ്പിന്റെ ലാഞ്ചനപോലും ഇല്ലാത്ത ദിവ്യതയുടെ അവികല ഘന സ്വരൂപമാണത്.

ഗുരുവിന്റെ *നിർവ്യതി പഞ്ചകം* ബുദ്ധന്റെ *ധർമ്മപദം* പോലെതന്നെ സവിശേഷവും മഹത്തരവുമായ ഒരു കൃതിയാണ് *ധർമ്മപദം* പോലെ ലോകമെമ്പാടും വായിക്കപ്പെടേണ്ടത്. വ്യാഖ്യാനിക്കപ്പെടേണ്ടത്. നിർവ്യതിയുടെ അവസ്ഥ പ്രാപിക്കാൻ ഒരാൾ അനുഷ്ഠിക്കേണ്ട മാനസിക സാധനകളെപ്പറ്റി പറയുന്ന രൂപത്തിലാണ് ഈ കൃതി രചിച്ചിരിക്കുന്നത്. അതീതബോധാവസ്ഥയുടെ ആനന്ദാതിരേകത്തെക്കുറിച്ച് നമ്മെ ബോദ്ധ്യപ്പെടുത്തുന്നതോടൊപ്പം സാമൂഹ്യവും സാംസ്കാരികവുമായ സകല വിവേചനങ്ങളും അതിലേക്കുള്ള നമ്മുടെ പ്രവേശനത്തിന് വിഘാതമാണെന്ന് നമ്മെ ബോദ്ധ്യപ്പെടുത്തുന്നു. പതിവുപോലെ ഇവിടെയും ഗുരു ആത്മീയവും സാമൂഹ്യവുമായ ധർമ്മങ്ങളെ സമരസപ്പെടുത്തുന്നു. പറയാനാകാത്ത, പ്രകടിപ്പിക്കാനാവാത്ത നിർവ്യതിയുടെ ബോധാവസ്ഥയിലേക്കു കടക്കാനുള്ള വഴികളാണ് ഗുരു ഇവിടെ പറയുന്നത്. പഞ്ചാഗ്നി മദ്ധ്യത്തിലിരുന്നോ തലകീഴായി കിടന്നോ ഉള്ള അഭ്യാസങ്ങളൊന്നും ഗുരു അതിനു നിർദ്ദേശിക്കുന്നില്ല.

അദ്യമൊതുക്കേണ്ടത് മനസ്സിനെയാണ്. അവിടെ ഒരുപാട് തരത്തിലുള്ള മാലിന്യങ്ങൾ അടിഞ്ഞുകൂടിക്കിടപ്പുള്ളതായി നാമിപ്പോൾ കാണുന്നു. അതൊക്കെ അടിച്ചുവാരിക്കളയണം. വാസ്തവത്തിൽ നാമിപ്പോൾ മനസ്സെന്നു വിളിക്കുന്നത് ഈ മാലിന്യങ്ങളെയാണ്. മനസ്സിന്റെ ഉള്ളടക്കം അതാണ്. അതിനപ്പുറം മനസ്സെന്ന ഒന്നില്ല. ഈ മാലിന്യങ്ങൾ നീക്കം ചെയ്യണമെന്ന് പറയുന്നതിലൂടെ മനസ്സിനെ നീക്കം ചെയ്ത് ഏകബോധത്തിന് ഇടം നല്കണമെന്നാണ് ഗുരു പറയുന്നത്. മനസ്സെന്നു പറയുന്നത് വിഭജിതബോധമാണ്. അത് രൂപംകൊള്ളുന്നത് വർത്തമാനത്തിന്റെ അകാലത്തിലല്ല, ഭൂതഭാവികളുടെ കാലകാലുഷ്യങ്ങളിലാണ്. മനസ്സ് സ്ഥലകാലങ്ങളാണ്. അത് വിവേചനബുദ്ധിയുടെ ഒരു പൊട്ടിയ കണ്ണാടിയാണ്. അത് പോണം. ഗുരു *ആത്മോപദേശ ശതകത്തിൽ* പറയുന്നു: 'മനമലർകൊയ്തു മഹേശപൂജ ചെയ്യണ'മെന്ന്. മനസ്സിനെ ഇരുത്തെടുത്തു കളയണം. പതുക്കെ ഇരുക്കണം. അതൊരു പൂവാണ്. അതിനു നിറവും മണവും ഗുണവും ചാരുതയുമൊക്കെയുണ്ട്. അതിനെ ഇരുത്തെടുത്ത് മഹേശന്റെ — മഹാബോധത്തിന്റെ — പാദങ്ങളിലർപ്പിക്കണം. അപ്പോൾ പിന്നെ മനസ്സില്ല. മനസ്സുണ്ടാക്കുന്ന വിഭജനങ്ങളില്ല. വിഭ്രമങ്ങളില്ല. ഉള്ളത് മഹാബോധം മാത്രം. നിർവ്യതി മാത്രം!

10
ആത്മവിലാസ ദർശനം

ഈ പ്രപഞ്ചവും അതിന്റെ അസ്തിത്വവും പരിണാമഗതിയും ദൈവ മാകുന്നു. പ്രപഞ്ചത്തെയും പ്രപഞ്ചാനുഭവത്തെയും ദൈവബോധ ത്തിലേക്കു നയിക്കുന്ന ധ്യാനാത്മകവും അഗാധബൗദ്ധികവുമായ ഒരു ഗദ്യകൃതിയാണിത്.

പ്രപഞ്ചത്തിന്റെയും ജീവിതത്തിന്റെയും ആത്യന്തികമായ പൊരു ളെന്തെന്ന് മനുഷ്യന്റെ ആദിമുതലേ അവനന്വേഷിച്ചു പോന്നിട്ടുണ്ട്. ഒരു തുമ്പും കിട്ടുന്നില്ല. കിട്ടിയിട്ടില്ല. ആ അജ്ഞേയതാബോധത്തിന്റെ നിഗൂ ഢമനോഹരമായ ഏതോ ഘട്ടത്തിലാവാം ദൈവത്തെ ഭാവന ചെയ്യപ്പെ ട്ടത്. അതൊരു വെളിപാടിന്റെ ദാർശനികനിമിഷമായിരുന്നു. ദൈവം ഭാവ ശാലികൾക്ക് പ്രപഞ്ചത്തിന്റെയും ജീവിതത്തിന്റെയും കാരണമായി, ഒരു ഗംഭീരകാവ്യകല്പന പോലെ അഭയമായുണ്ട്. ദൈവം പരമസത്യത്തിന്റെ വിസ്മയവും വിഭൂതിയുമായി ഭവിച്ചിരിക്കുന്നു. എന്തിനേക്കാളും സത്യ മായ ഒന്നായി ഭവിച്ചിരിക്കുന്നു. ശാസ്ത്രം പരമമായ ഒരാധാരം ഒരിക്കലും തരുന്നില്ല. തരില്ല. അങ്ങനെയൊന്ന് അതിന്റെ പരിധിയിലുമില്ല. അത് യൂണിഫൈഡിലേക്ക് എത്തിയിട്ടില്ല. ആത്മീയവും ദാർശനികവുമായി നമുക്കു ദൈവത്തെ അനുഭവിക്കാം. എല്ലാ അജ്ഞേയ സമസ്യകളുടെയും ഉണ്മയായി, ഉറവിടമായി. അനുഭവം സത്യാത്മകമെന്ന് അനുഭവിച്ചറിഞ്ഞ മഹാത്മാക്കളും മഹതികളും സാക്ഷ്യം. അവരുടെ ചരിത്രവും മൊഴി കളും ലോകത്തെങ്ങും സുലഭം.

ദൈവം എന്താണ് എന്ന ചോദ്യം അസംബന്ധം. അതെല്ലാമാണ്. ഈ പ്രപഞ്ചവും അതിന്റെ അസ്തിത്വവും പരിണാമഗതിയും ദൈവമാ കുന്നു. ദൈവത്തിന്റെ മനോവിലാസമാകുന്നു. ദൈവത്തിന്റെ ലീലയും

ഭാവപ്രകാശനവുമാകുന്നു. 'നീയല്ലോ സൃഷ്ടിയും സ്രഷ്ടാവായതും സൃഷ്ടിജാലവും, നീയല്ലോ ദൈവമേ, സൃഷ്ടിക്കുള്ള സാമഗ്രിയായതും' എന്ന് ശ്രീനാരായണഗുരു. യഹോവയും അള്ളാഹുവും ശിവനും ഒക്കെ ഈ അനിർവ്വചനീയതയുടെ ശുദ്ധസങ്കല്പങ്ങളോ സ്വരൂപസങ്കല്പങ്ങളോ ആണ്.

പ്രപഞ്ചത്തിന്റെയും ജീവിതത്തിന്റെയും ഈ വിലാസവിസ്മയ ങ്ങൾക്ക് കാരണമായിരിക്കുന്ന ശക്തിയെ, ചൈതന്യത്തെ വേദാന്തം ബ്രഹ്മം, ആത്മാവ് എന്നൊക്കെ വിളിക്കുന്നു. നാരായണഗുരുവിന്റെ *ആത്മ വിലാസം* എന്ന ഗദ്യകൃതി ദൈവത്തിന്റെ ലീലയെക്കുറിച്ചാണ് (അതിനെ ഗുരു ദൈവമെന്ന് ഇവിടെ പറയുന്നു) ആശ്ചര്യപ്പെടുന്നു. ലീലയായോ മായാജാലമോ ആയിട്ടല്ലാതെ ഇതെല്ലാം എങ്ങനെ കാണും?

ഓം എന്ന ബീജാക്ഷരം ഉച്ചരിച്ചുകൊണ്ടാണ് ഗുരു കൃതി തുടങ്ങു ന്നത്. ഒന്നിനും നാശമില്ല. എല്ലാം നാശമില്ലാത്ത ഓം ആണ്. ഓം നാശ മില്ലാത്ത ഈ പ്രപഞ്ചത്തെക്കുറിക്കുന്ന കേവലവും ശുദ്ധവുമായ നാദ മാകുന്നു. അക്ഷരമാലകളുടെ ബീജം. ഓം ആദിനാദമാകുന്നു. നാദങ്ങ ളുടെ ബീജം. പ്രപഞ്ചാരംഭത്തിന്റെ നാദം. സൃഷ്ടിയുടെ ആദിനാദം. ആദി യിൽ വചനമുണ്ടായി. വചനം വസ്തുവായി. മാംസമായി. യോഹന്നാന്റെ സുവിശേഷം.

ഗുരുവിന്റെ ആത്മവിലാസക്കാഴ്ച

ഇതൊക്കെയും കണ്ണാടിയിൽ കാണുന്ന നിഴൽ (പ്രതിബിംബം) പോലെയിരിക്കുന്നു. ഒരു നിഴൽനാടകം. ഇതെല്ലാം കാണുന്ന കണ്ണ് കണ്ണിനെ കാണുന്നില്ല. ഒരു കണ്ണാടിയെടുത്തു നോക്കിയാൽ കാണാം. കണ്ണാടിയിൽ കാണുന്ന കണ്ണ് കണ്ണല്ല. കണ്ണിന്റെ നിഴലാണ്. നിഴൽ കണ്ണല്ല. കണ്ണിന്റെ ജഡമാണ്. ജഡത്തിനു ജീവനില്ല. ജഡത്തിനു കണ്ണിനെ കാണാനുള്ള കഴിവില്ല. ശക്തിയില്ല. നിഴലെങ്ങനെ കാണും, കേൾക്കും? കണ്ണിനു കണ്ണിനെ എതിരിട്ടു നോക്കാനാവുന്നില്ല. അതിന്റെ നിഴൽ കണ്ണാ ടിയിൽ കാണാനേ കഴിയൂ. വിചിത്രം. വിസ്മയകരം.

കണ്ണുകൊണ്ടു കാണുന്നതും കണ്ണിന്റെ നിഴൽ കണ്ണാടിയിൽ കാണു ന്നതും ആരാണ്? കണ്ണല്ല കാണുന്നത്. കണ്ണാണെന്ന് കാണുന്നത് ആരാണ്? നാമാണ്. കണ്ണ് ഒരു ചർമ്മ-മാംസഗോളം. അതിന്റെ പിന്നിലി രുന്നു കാണുന്നത് നാമാണ്. നാം ആരാണ്? അതാണ് പ്രശ്നം. അവിടെ യാണ് ദൈവവും ആത്മാവും അറിവും വരുന്നത്. യഹോവയും അള്ളാ ഹുവും ശിവനും വരുന്നത്.

ഇതെല്ലാം കാണുന്ന കണ്ണിനെ കാണുന്ന, അറിയുന്ന, അനുഭവി ക്കുന്ന നമ്മെ നാം കാണുന്നുണ്ടോ? ഇല്ല. നമ്മുടെ മുമ്പിൽ ഒരു നിലക്ക ണ്ണാടി പിടിച്ചാൽ നമ്മെ നാം കാണുന്നു. നമ്മെയല്ല നമ്മുടെ നിഴലിനെ. കണ്ണാടിയിൽ കാണുന്ന നമ്മുടെ നിഴലിന് നമ്മെ കാണാനാവില്ല. നിഴല് ജഡമാണ്. അതിനു ജീവനില്ല. ചൈതന്യമില്ല. ശക്തിയില്ല. അപ്പോൾ

നാമാരാണ്?

നമുക്കു നമ്മെ നോക്കി കാണാനാവില്ല. അതിനു കണ്ണാടി വേണം. നമ്മെ മുഴുവൻ കാണാൻ ഒരു കൈക്കണ്ണാടി പോര. നിലക്കണ്ണാടി വേണം. നാം കാണുന്നത് കണ്ണാടിയും കണ്ണാടിയുടെ ഉള്ളിൽ നിഴലി ക്കുന്ന നമ്മെയുമാണ്. നാം നമ്മെ കാണുമ്പോൾ നമ്മെ ആര് കാണുന്നു? ദൈവം കാണുന്നു. അതാണ് നാം. നമ്മുടെ മുകളിലാണ് ദൈവം നില്ക്കു ന്നത്. താഴെയല്ല. എന്നുവച്ച് ആകാശത്തിലാണെന്നല്ല. ഭൂമിയിൽ നില്ക്കുന്ന നമുക്ക് മുകളിൽ ആകാശമാണ്. ഒരു ബഹിരാകാശസഞ്ചാ രിക്ക് മുകളില്ല. താഴെയില്ല. ദിക്കുകളില്ല. ഗുരു ഇവിടെ പറയുന്നത് നമ്മളെ കവിഞ്ഞാണ് ദൈവം നില്ക്കുന്നത് എന്നാണ്. അതായത് നമ്മുടെ ചുറ്റും ദൈവമുണ്ട്. നമ്മുടെ ഉള്ളിലും. 'അകവും പുറവും തിങ്ങും മഹിമാവാണ് ദൈവം.'

ഇവിടെ കല്പിതമായിരിക്കുന്ന കണ്ണാടിയും അതിനുള്ളിലെ നമ്മുടെ നിഴലും കണ്ണും കൈയിലിരിക്കുന്ന കൈക്കണ്ണാടിയും അതിലെ കണ്ണിന്റെ നിഴലും നമ്മുടെ അധീനതയിലാണ്. ഇതഞ്ചും നമ്മെ കീഴടങ്ങിയാണ് നില്ക്കുന്നത്. കല്പിതമായിരിക്കുന്ന കണ്ണ് ഒരുപാടർത്ഥത്തിന്റെ അഗാധ തലങ്ങളിലേക്ക് നമ്മുടെ കാഴ്ചയെ വികസിപ്പിക്കുന്നുണ്ട്. കല്പിതമാ യിരിക്കുന്ന കണ്ണാടി നമ്മുടെ ദർശനമാകാം. നമ്മുടെ ധിഷണയുടെ കാല്പനികതയാകാം. കണ്ണ് ആത്മപ്രകാശമാകാം. നാമാണ് കല്പിത മായിരിക്കുന്ന കണ്ണാടി കാണുന്നത്, അതിലെ നമ്മുടെ നിഴലു കാണു ന്നത്, കണ്ണ് കാണുന്നത്, കൈയിലെ കണ്ണാടി കാണുന്നത്, അതിലെ കണ്ണിന്റെ നിഴലു കാണുന്നത്. നാമാണ് ദർശനം കാണുന്നത്, അനുഭവി ക്കുന്നത്. നാമാണ് ധൈഷണികമായ പ്രതീകവല്ക്കരണം നടത്തുന്നത്, ധൈഷണികമായി കണ്ണ് കണ്ണിന്റെ നിഴലിനെയും കണ്ണാടിയെയുമേ കാണുന്നുള്ളൂ. നമ്മെയും നമ്മുടെ കൈയിലെ കണ്ണാടിയെയും കണ്ണിന്റെ നിഴലിനെയും കാണുന്നതാര്? അത് ദൈവമാകുന്നു. അത്ഭുതം. നമ്മെ മാത്രമല്ല, നാം കാണുന്നതൊക്കെയും ഇപ്രകാരം നിഴലിക്കുന്നതിന് ദൈവം ഇടം കൊടുത്തിരിക്കുന്നു. ലോകവും ജീവിതവും ദൈവം നല്കി യിരിക്കുന്ന നിഴലുകളുടെ ഇടം. മാത്രമല്ല ഇതൊക്കെയും (ഈ നിഴലൊ ക്കെയും) ദൈവം കാണുകയും ചെയ്യുന്നു. അപ്പോൾ ദൈവം ദിവ്യമായ ഒരു കണ്ണാടിയും കണ്ണുമാണ്. ദൈവം എല്ലാത്തിനെയും നിഴലിപ്പിക്കുന്ന കണ്ണാടിയും അതൊക്കെ കാണുന്ന കണ്ണുമാണെന്ന ദാർശനിക പ്രതീ കമെന്ന നിലയ്ക്കാവാം ഗുരു കളവങ്കോടത്തും ഉല്ലല ഓങ്കാരേശ്വരക്ഷേ ത്രത്തിലും കണ്ണാടി പ്രതിഷ്ഠിച്ചത്. ഗുരുവിന്റെ ആനുഭൂതികാനുഭവമാ ണിത്.

നാം ഒരു മല കാണുന്നു. ദിവ്യമായിരിക്കുന്ന ഒരു കണ്ണാടിയിലാ ണത് നാം കാണുന്നത്. നാം ആ മല പണ്ടെന്നോ കണ്ടിട്ടുള്ളതാണെന്നു നമുക്കു തോന്നുന്നു. ദിവ്യമായ കണ്ണാടി നമ്മുടെ ഉള്ളിലുമാണ്. അതിൽ മരുന്നുമാമല — മരുത്വാമല — യും കന്യാകുമാരിയും മധുരയും കാശിയും

ചിദംബരവും കാണുന്നു. ഇവയെല്ലാം വളരെ അടുത്തായാണ് കാണു
ന്നത്. ഒരുപാട് ദൂരത്താണവയെങ്കിലും. ഇവിടെ കണ്ണാടി മനസ്സോ? മനസ്സ്
വികല്പമോ? അതാവാം ഗുരു ആലോചിക്കുന്നത് — ലക്ഷ്യമാക്കുന്നത്.

ഒരാനയോടിവരുന്നു. നാം പേടിച്ച് മലമുകളിൽ കയറുന്നു. മലമുക
ളിലിരിക്കുന്ന യോഗീശ്വരനോട് ഉപദേശം തേടുന്നു. യോഗിയുടെ ഉപദേ
ശത്തിന്റെ യോഗാഗ്നിയിൽ നാം ദഹിക്കുന്നു. അതായത് നമ്മുടെ ഭീതി
ദഹിക്കുന്നു. ഇങ്ങനെ സ്വപ്നം കണ്ടിരുന്ന് ഉണർന്ന് നെടുവീർപ്പു വിടു
ന്നു. നാം സ്വപ്നത്തിൽ മയങ്ങി എഴുന്നേറ്റിരുന്നുകൊണ്ട് സ്വപ്നശേഷം
സുഖമായുറങ്ങി. എന്നിങ്ങനെയെല്ലാം നാം നമ്മുടെ അജ്ഞാനത്തെയും
അഹങ്കാരത്തെയും മുമ്പിലുള്ള — പെരുവെളിയിൽ — സ്ഥലകാലങ്ങളു
ടെയും ഭാവനയുടെയും അനന്തമായ ഇടം — കല്പിച്ചു വ്യവഹരിക്കുക
യാണ്. ജാഗ്രത്തിന്റെയും സ്വപ്നത്തിന്റെയും സുഷുപ്തിയുടെയും അവ
സ്ഥകളെന്താണ് എന്ന പര്യാലോചനയും ഇവിടെ വരുന്നുണ്ട്.

കിളിവാതിലിൽ കൂടി വരുന്ന സൂര്യകിരണങ്ങളിലെ ധൂളിപോലെ
അണ്ഡകോടികൾ കിടന്നുമറിയുകയാണ്. പ്രപഞ്ചം അണ്ഡകോടികളു
ടെ, ഗോളകോടികളുടെ — ഭ്രമണപഥമാണ്.

ഇതൊക്കെയും നമ്മിലടങ്ങുന്നു. അനുഭവിക്കുന്നു. നാം നമ്മുടെ മുക
ളിലുള്ള ദിവ്യമായ കണ്ണാടിയിൽ മറയുന്നു. ഈ കണ്ണാടിയാകുന്നു നമ്മുടെ
ദൈവം. പിന്നെയും ഒരു മരീചികയിൽ വെള്ളം പൊങ്ങിവരുന്നതുപോലെ
ഇതൊക്കെയും ദൈവത്തിൽനിന്നു പൊങ്ങിവരുന്നു. അത്ഭുതം. ദൈവാം
ശമായ നമ്മുടെ ഉള്ളിൽ ദൈവം ഇതൊക്കെയും വെളിപ്പെടുത്തിയിരി
ക്കുകയാണ്. ദൈവത്തിന്റെ സർവ്വവ്യാപകമായ കണ്ണാടി ഇതൊക്കെ
വിസ്തരിച്ചെടുത്ത് തന്റെ വിസ്തൃതനേത്രംകൊണ്ടു നോക്കുന്നു. പിന്നെ
എല്ലാം തന്റെ കണ്ണിലടക്കുന്നു. അതാവാം സുഷുപ്തി. ഇതിനുള്ള മറു
പടിയും ദൈവം തന്റെ കണ്ണിൽനിന്നു വെളിപ്പെടുത്തുന്നുണ്ട്. ആ മറു
പടി ധ്യാനാത്മകം. ഇന്ദ്രിയാനുഭവങ്ങൾക്കപ്പുറം അറിയേണ്ടത്. ഇന്ദ്രിയാ
നുഭവങ്ങളും അവയ്ക്കപ്പുറമുള്ള ശക്തി ചൈതന്യങ്ങളും ഉള്ളടക്കമാ
യത്. ദൈവത്തിന് ഇത് ഒരു കളിയാകുന്നു. ലീലയാകുന്നു. ഇതെല്ലാം
ദൈവാംശമാകുന്നു. അല്ല. ദൈവം അംശമില്ലാത്തതാകുന്നു. അഖണ്ഡ
മായിരിക്കുന്ന ദൈവത്തെ അംശിക്കാനാകുമോ? അതുകൊണ്ടു ദൈവാം
ശമെന്നു പറഞ്ഞുകൂടാ.

പിന്നെ എന്ത്? ഗുരു ആലോചിക്കുന്നു. വല്ല പരമാണുവിൽനിന്നും
പരിണമിച്ച് ഉണ്ടായതാമോ? അതല്ല. പരമാണുക്കൾ ദൈവത്തിൽ
വിവർത്തങ്ങളാകുന്നു. അതായത് നിഴലുകളാകുന്നു. ദൈവമെന്ന കണ്ണാ
ടിയിലെ നിഴലുകൾ. നിഴലിനു വേറൊന്നായി മാറാനാവില്ല. മറ്റൊന്നിനും
ദൈവത്തിലിരിക്കുന്നതിന് ദൈവമാഹാത്മ്യം ഇടം കൊടുക്കുന്നില്ല.
അതൊരു ടെറിട്ടറിയല്ല. പുറമില്ലാത്ത ടെറിട്ടറിയാണ്. അബാഹ്യമായത്.
സർവ്വവും അടങ്ങുന്നത്. സമ്പൂർണ്ണമായത്. എല്ലാത്തിനും ഇടമുള്ളത്.
അതുകൊണ്ട് ഇതെല്ലാം വേറൊന്നിന്റെ അംശമെന്നു പറഞ്ഞുകൂടാ.

വേറെ വേറെ ടെറിറ്ററി എന്നും പറഞ്ഞുകൂടാ. ഈ കാണപ്പെടുന്നതെല്ലാം ദൈവമാണ്. ടെറിറ്ററി ഒന്നേയുള്ളൂ. ദൈവം. ദൈവത്തെ അംശിക്കാനാ വില്ല. അതുകൊണ്ട് അനിർവ്വചനീയവുമാകുന്നു. മഷിനോട്ടക്കാരന്റെ മഷി യിൽ തെളിയുന്ന ദേവത പോലെയിരിക്കുന്നു ഇതെല്ലാം. ഇതിന്റെയെല്ലാം ബിംബം ദൈവത്തിലിരിക്കുന്നു. അടിസ്ഥാനം, ബീജം, വിത്ത്, അണ്ഡം. അതിന്റെ ആവിഷ്കാരനിഴലുകളാണിതെല്ലാം. നിഴലുകളും ദൈവാവിഷ്കാരം. നീയല്ലോ മായയും... അതായത് ഈ കാണപ്പെടു ന്നതും ദൈവവും നാമും ആയ ഇതെല്ലാം ദൈവത്തിലടങ്ങുമ്പോൾ എല്ലാം ദൈവം തന്നെയായിരിക്കുന്നു. അത് അംശങ്ങളാകുന്നില്ല. കഷ ണങ്ങളാകുന്നില്ല. അഖണ്ഡം. അബാഹ്യം. സമ്പൂർണ്ണം. ഇത് ദൈവ ത്തിന്റെ സർവ്വവ്യാപകത്വത്തെക്കെടുക്കുന്നില്ല. നിഴലിന് ഒന്നിന്റെയും വ്യാപകത്വത്തെ ഭേദിക്കാൻ കഴിയില്ല. വ്യാപകത്വം നിഴലിനെയും കള യുന്നില്ല. നിഴലും വ്യാപകം ദൈവവും വ്യാപകം. ഇതെല്ലാം മനോവേഗ മുള്ള ഒരു ഘടീയന്ത്രംപോലെ ആദ്യന്തമില്ലാതെ കറങ്ങിക്കൊണ്ടിരിക്കു ന്നു. തുടർന്നുകൊണ്ടിരിക്കുന്നു. നാം കണ്ണിനെ കാണുന്നു. നമ്മെ ദൈവം കാണുന്നു. നാം ശ്രുതിയെ ശ്രവിക്കുന്നു. ദൈവം നമ്മെ ശ്രവിക്കുന്നു. നാം ത്വക്കിനെ സ്പർശിക്കുന്നു. ദൈവം നമ്മെ സ്പർശിക്കുന്നു. നാം നാവിനെ രസിക്കുന്നു. നമ്മെ ദൈവം രസിക്കുന്നു. നാം മൂക്കിനെ മണ ക്കുന്നു. ദൈവം നമ്മെ മണക്കുന്നു. നാം വാക്കിനെ പുറത്തേക്കു വിടു ന്നു. വാക്ക് നമ്മെ പുറത്തേക്കു വിടുകയല്ല, വാക്കിനെ ദൈവമാണ് പുറ ത്തേക്കു തള്ളിവിടുന്നത്. നാം കൈയേ ആദാനം ചെയ്യുന്നു. നമ്മെ കൈ ആദാനം ചെയ്യിക്കുന്നില്ല. ദൈവം ആദാനം ചെയ്യിക്കുന്നു. നാം കാലിനെ നടത്തുന്നു. നമ്മെ കാല് നടത്തുന്നില്ല. ദൈവം നടത്തുന്നു. നാം ദൈവത്തെ നടത്തുന്നില്ല. നാം ഗുദത്തെ വിസർജ്ജനം ചെയ്യിക്കുന്നു. നമ്മെ ഗുദം വിസർജ്ജനം ചെയ്യിക്കുന്നില്ല. ദൈവം വിസർജ്ജനം ചെയ്യി ക്കുന്നു. നാം ഉപസ്ഥത്തെ ആനന്ദിപ്പിക്കുന്നു. നമ്മെ ഉപസ്ഥം ആനന്ദിപ്പി ക്കുന്നില്ല. ദൈവം ആനന്ദിപ്പിക്കുന്നു. നാം ദൈവത്തെ ആനന്ദിപ്പിക്കുന്നി ല്ല. അപ്പോൾ ദൈവത്തിനു പുരുഷലക്ഷണം കാണുന്നു. കണ്ണില്ലാതെ കാണുകയും ചെവിയില്ലാതെ കേൾക്കുകയും ത്വക്കില്ലാതെ സ്പർശിക്കു കയും മൂക്കില്ലാതെ മണക്കുകയും നാവില്ലാതെ രുചിക്കുകയും ചെയ്യുന്ന ചിത്പുരുഷനാണ് ദൈവം. നാം ദൈവത്തിന്റെ പ്രതിപുരുഷനാകുന്നു. നമ്മുടെ അനുഭവങ്ങളെല്ലാം ദൈവത്തിന്റെ അനുഭവങ്ങളാകുന്നു. നമ്മുടെ ശരീരം ജഡമാകുന്നു. ശരീരമല്ല അനുഭവിക്കുന്നത്. ശരീരത്തിലെ അനു ഭവം ഉളവാക്കുന്നത് ദൈവമാണ്. എല്ലാ അനുഭവവും ദൈവികമാകുന്നു. തെറ്റും ശരിയും പാപവും പുണ്യവുമെല്ലാം. തെറ്റെന്നും ശരിയെന്നും പാപ മെന്നും പുണ്യമെന്നും ഉള്ള വിവേകവും ദൈവികമാവുന്നു. ദൈവത്തിന്റെ സാമൂഹികതയാകുന്നു.

ചുട്ടുപഴുത്തിരിക്കുന്ന ഇരുമ്പുഗോളം തേജോമയമാണ്. പഴുക്കുന്ന തിന് മുമ്പ് അത് കറുത്തിരുണ്ട ഒരു ഇരുമ്പുഗോളം. അതുപോലെയാണ്

നാം നോക്കുമ്പോൾ നമ്മുടെ ശരീരം തേജോമയമായിരിക്കുന്നത്. ദൈവ
ത്തിന്റെ ഊഷ്മാവുകൊണ്ടാണ് അത് തേജോമയമായി കാണുന്നത്. ഇതു
പോലെയാണ് നാം കാണുന്നതൊക്കെയും തേജോമയമാണ്, മനോഹര
മാണ്, ചൈതന്യവത്താണ് എന്ന് നമുക്കു തോന്നുന്നത്. ദൈവത്തിന്റെ
ജ്യോതിസ്സാണ് എല്ലാത്തിനും ചൈതന്യം നല്കുന്നത്. സൗന്ദര്യം നല്കു
ന്നത്. ചൈതന്യം ദൈവമാകുന്നു. സൗന്ദര്യം ദൈവമാകുന്നു. ദൈവം
ജ്യോതിസ്സിന്റെ, ചൈതന്യത്തിന്റെ സൗന്ദര്യത്തിന്റെ ഒരു ദിവ്യസമുദ്രമാ
ണ്. ഈ പ്രപഞ്ചവും ജീവിതവും ആ നിസ്തരംഗ ദിവ്യ സമുദ്രത്തിലെ
തരംഗങ്ങളാകുന്നു. തരംഗമില്ലാത്ത സമുദ്രത്തിന് തരംഗമോ?   അതും
ആശ്ചര്യകരം. അനിർവ്വചനീയം. അജ്ഞേയ സൗന്ദര്യബോധാത്മകം.

    ഇതൊക്കെയും മരീചികയിൽ കവിയുന്ന വെള്ളമാണ്. ദൈവം മരീ
ചീകയാണ്. അതായത് തോന്നലാണെന്നോ? അതോ ഭാവനയാണെന്നോ?
എന്താണ് ഗുരു പറയുന്നതെന്നു നോക്കാം. ഗുരു പറയുന്നു, ഇതുവരെയും
നാം ബഹിർമുഖരായിരുന്നു. ഇനി നമുക്ക് അന്തർമുഖരാകാം. ബഹിർ
മുഖത്വത്തിലാണ് ദൈവം മരീചിക – സങ്കല്പം, ഭാവനയാകുന്നത്.
അന്തർമുഖത്വത്തിലത് സത്യാനുഭവം.

    ആഹാ, എത്ര ദിവ്യം. പ്രകാശമയം. നാം ഇതുവരെയും ഒരു ദിവ്യ
മായ കണ്ണാടിയിലായിരുന്നു. ദൈവമാകുന്ന കണ്ണാടിയിൽ. ഈ കണ്ണാടി
തന്നെയാണ് നമ്മുടെ ദൈവം. ദൈവത്തിലൂടെ എല്ലാം കാണുന്നു. അനു
ഭവിക്കുന്നു. ഇപ്പോഴാണ് ദൈവമാകുന്ന കണ്ണാടിയെ നാം കാണുന്നത്.
അതിലൂടെ എല്ലാം കാണുന്നത്, അനുഭവിക്കുന്നത്. ഇപ്പോൾ നമുക്കി
വിടെ ഒരു മറവില്ല, തടസ്സമില്ല, അജ്ഞാനമില്ല, അഹങ്കാരമില്ല, അന്ധ
കാരമില്ല. നാമും ദൈവവും ഒന്നായിരിക്കുന്നു. ഇനി നമുക്കു ജീവിക്കാം.
ജീവിത വ്യവഹാരങ്ങളിലേർപ്പെടാം. ദൈവാവബോധത്തോടെ. 'ഓ നാം
ദൈവത്തിനോട് ഒന്നായിപ്പോകുന്നു.'

    പ്രപഞ്ചത്തെയും പ്രപഞ്ചാനുഭവത്തെയും ദൈവബോധത്തിലേക്കു
നയിക്കുന്ന ധ്യാനാത്മകവും അഗാധബൗദ്ധികവുമായ ഒരു ഗദ്യകൃതി
യാണിത്. ഇതിൽ ദാർശനിക ചിന്തയും കവിത്വവും അവയുടെ പരകോ
ടിയിലിണചേർന്നു കിടക്കുന്നു.

11
അറിവിന്റെ അറിവ്

നമ്മുടെ ആത്മീയ സാഹിത്യത്തിലെ, ഒരുപക്ഷേ, ലോകത്തിലെ തന്നെ താരതമ്യമില്ലാത്ത അത്യപൂർവ്വവും അതിഗഹനവുമായ ഒരു കൃതി യാണ് വെറും പതിനഞ്ചു കൊച്ചുശ്ലോകങ്ങളുള്ള ശ്രീനാരായണഗുരുവിന്റെ *അറിവ്* എന്ന രചന. ഒരൊറ്റ കഠിനപദവുമില്ലാതെ വായ്മൊഴി ഭാഷകൊ ണ്ടുമാത്രം നിർവ്വഹിച്ചിരിക്കുന്നൊരു രചനയാണിത്. ഈ പ്രപഞ്ചത്തിന്റെ, ജീവിതത്തിന്റെ പൊരുളായി ഗുരു കാണുന്നത്, പറയുന്നത് അറിവിനെ യാണ്. ഗുരുവിന്റെ പ്രധാന കൃതികളിലെല്ലാം ഗുരു കൂടുതലായി പറയു ന്നത് അറിവിനെയാണ്. ഗുരുവിനെപ്പോലെ അറിവിന്റെ ആത്യന്തികത്വം അറിഞ്ഞ ദാർശനികനോ മിസ്റ്റിക്കോ സെയിന്റോ വേറെ ഉണ്ടെന്നു തോന്നുന്നില്ല.

നടരാജഗുരു ഈ കൃതിയെപ്പറ്റി പറയുന്നത്, 'A masterpiece of contemplative workmanship unrivalled in literature any where.' ലോക വൈജ്ഞാനിക സാഹിത്യത്തെക്കുറിച്ച് അപാരജ്ഞാനമുണ്ടായിരുന്ന നട രാജഗുരുവാണ്, ഇത് ചിന്താപരമായ സർഗ്ഗാത്മകതയുടെ മാസ്റ്റർപീസാ ണെന്നും മറ്റെവിടെയും ഇതിനു സമാനമായ ഒരു രചനയില്ലെന്നും പറ യുന്നത്. പണ്ഡിതനും രാജ്യാന്തരപ്രശസ്തനുമായ മലയാളകവി ഡോ. അയ്യപ്പപ്പണിക്കർ ഗുരുവിന്റെ ഈ അണുരചനയെക്കുറിച്ച് അത്ഭു താദരസ്തബ്ധനായാണ് സംസാരിക്കുന്നത്.

അറിവിന്റെ ആത്യന്തികത്വത്തെയും സർവ്വാശ്ലേഷകത്വത്തെയും പറ്റി യാണ് ഗുരു ഈ കൃതിയിലരുളുന്നത്. അറിയപ്പെടുന്നതെല്ലാം അറിവാണ്. വസ്തുവായാലും ആശയമായാലും സ്വപ്നമായാലും സങ്കല്പമായാലും എല്ലാം. അതുകൊണ്ട് അറിവിൽ ഇതെല്ലാം ഒന്നാണ്. എല്ലാം അറിവാ ണെങ്കിൽ ആ ഏകമായ അറിവല്ലേ എല്ലാം? അറിവിന്റെ അനേകമായ ആവിഷ്കാരമാണ് കാഴ്ചയുടെ വിഭ്രമംകൊണ്ട് പലതായി തോന്നുന്നത്. അറിവല്ലാതെ വേറെ ഒന്നും എങ്ങുമില്ല.

ആധുനികശാസ്ത്രം മറ്റൊരു രീതിശാസ്ത്രമനുസരിച്ചാണ് ഇക്കാര്യം പറയുന്നത്. അന്തിമവിശകലനത്തിൽ എല്ലാം ഊർജ്ജമാണ്. വസ്തുവും ആശയവുമെല്ലാം. ഊർജ്ജത്തിന്റെ വേളവുകളാലാണ് ഇതെല്ലാം പ്രകട രൂപത്തിലാകുന്നത്. ഇന്ദ്രിയവേദ്യമാകുന്നത്. അഖിലവും അവ്യാഖേയ വുമായിരിക്കുന്ന പൊരുളാണ് ഗുരുവിന്റെ അറിവ്. ഗുരുവിനെപ്പോലെ ബുദ്ധിയുടെയും ചിന്തയുടെയും പ്രതിഭയുടെയും മഹാപ്രഭുക്കൾക്കേ ആധുനിക ശാസ്ത്രത്തിലെപ്പോലെ പരീക്ഷണങ്ങളുടെയോ ഗണിത ത്തിന്റെയോ തുണയില്ലാതെ അറിവിന്റെ ഈ ദർശനം ലഭിക്കൂ.

അറിവില്ലെങ്കിൽ ഈ അറിയുന്നതെല്ലാം ഉണ്ടെങ്കിലും ഇല്ലാത്ത താണ്. എനിക്ക് അറിവില്ല എന്നു പറയണമെങ്കിൽ ഒരാൾക്ക് അറിവില്ല എന്ന അറിവ് വേണമല്ലോ. അത് ഏത് അറിവാണ്? അറിവില്ല എന്ന അറിവുപോലും അറിവാണെന്ന്, അറിവില്ലല്ലാതെ ഒന്നും ഇല്ല എന്നാണ് ഗുരു കണ്ടെത്തുന്നത്.

അറിവിന് അളവില്ലാത്തവണ്ണം നാമറിയുന്ന പലതുണ്ട്. അതായത് നമ്മുടെ അറിവ് അളവറ്റതാണെന്നാണ് നാമപ്പോൾ അറിയുന്നത്. നമ്മുടെ അറിവിന് സീമയുണ്ട്. അതാണ് we are imprisoned by our senses — നാം നമ്മുടെ ഇന്ദ്രിയങ്ങളുടെ തടവുകാരാണ് — എന്ന് ആൽബർട്ട് ഐൻസ്റ്റീൻ പറയുന്നത്. നമ്മുടെ ഇന്ദ്രിയങ്ങൾക്കപ്പുറം നമ്മുടെ അറി വിനു നീളമില്ല.

സൂര്യനേക്കാൾ അനേകം മടങ്ങ് വലുപ്പമുള്ള നക്ഷത്രങ്ങളെ നാം കാണുന്നത് അസംഖ്യം സൗവർണ്ണബിന്ദുക്കൾ പോലെയാണ്. നമ്മുടെ നഗ്നനേത്രങ്ങൾകൊണ്ട് അൾട്രാവയലറ്റ് റെയ്സ്, ഗാമാ റെയ്സ്, കോസ്മിക് റെയ്സ്, എക്സ് റെയ്സ് തുടങ്ങിയ രശ്മികളൊന്നും കണ്ടു കൂടാ. അവയുംകൂടി കാണാനുള്ള കഴിവ് നമ്മുടെ കണ്ണുകൾക്കുണ്ടായി രുന്നെങ്കിൽ നമുക്ക് ഈ ലോകം അനേകം നിറങ്ങളിലനുഭവപ്പെട്ടേനെ. ഒരു പ്രത്യേക ഫ്രീക്വൻസിക്കപ്പുറവും ഇപ്പുറവുമുള്ള ശബ്ദം — ഏറ്റവും വലിയ ശബ്ദവും ഏറ്റവും ചെറിയ ശബ്ദവും — നമ്മുടെ ചെവി കേൾക്കു ന്നില്ല. ഇതുപോലെ നമ്മുടെ ഇന്ദ്രിയങ്ങളെല്ലാം പരിമിത പരിധിക്കുള്ളിലേ പ്രവർത്തനക്ഷമമാകുന്നുള്ളൂ. നമ്മുടെ അറിവളവിന്റെ ഈ പരിധിയെക്കു റിച്ചാണ് ഗുരു ഇവിടെ സൂചിപ്പിക്കുന്നത്. പക്ഷേ, ആ അറിവും അറിവായാണ് പ്രകാശിക്കുന്നത്. അറിവിൽ ഉണ്ടാകുന്ന സ്വപ്നവും അറി വായി മാറുന്നതുപോലെയാണെല്ലാം.

അറിവ് ഈ പ്രപഞ്ചം നിറഞ്ഞിരിക്കുന്ന ഒന്നാണ്. അറിവിന്റെ ഉണർവ്വിലാണ് ഈ പ്രപഞ്ചം നിലനിൽക്കുന്നത്. അറിവല്ലാത്തതിന് പിന്നെ എവിടെ ഇവിടെ ഒരിടം? അറിവല്ലാത്ത ഒന്നും ഇവിടെ ഇല്ല. ഈ അറിവേൽ? അതറിയുന്ന അറിവിന് എവിടെ ഇടം? ഒരു വലിയ മിസ്റ്റി ക്കിന് ഒടുവിൽ അഭിമുഖീകരിക്കേണ്ടിവരുന്ന പസിലിനെയാണ് ഗുരു ഇവിടെ അവതരിപ്പിക്കുന്നത്.

ഇത് അറിവിലാണുള്ളത്. അറിവിലുള്ളത് അറിവുതന്നെയാണ്. അത് ഒരിക്കലും കെട്ടുപോകുന്നില്ല. നശിക്കുന്നില്ല. ഒന്നും പുതുതായി ഉണ്ടാ കുന്നില്ല, ഒന്നും നശിക്കുന്നുമില്ല എന്ന ആധുനികശാസ്ത്രത്തിന്റെ കണ്ടെ ത്തലിവിടെ ഓർക്കാവുന്നതാണ്. പക്ഷേ, നിരന്തര മാറ്റങ്ങളിലൂടെ ഇത്

എങ്ങോട്ട് ഇറങ്ങിപ്പോകുന്നു? അല്ലെങ്കിൽ? അറിയില്ല. കാരണം, അറി
വിനെ നാമറിയുന്നില്ല. അറിയുന്ന നേരത്ത് അറിവും അറിയപ്പെടുന്ന
വസ്തുവുമൊന്നാണ്.

അറിയുന്നതിനു മുമ്പും അറിവുതന്നെയാണുള്ളത്. അറിവറ്റതിനേ
തതിർ? അറിവില്ലായ്മയുടെ സീമയേത്? അതും അറിവാണ്. വേറെ ഒന്നും
ഇവിടെ കാണുന്നില്ല.

അറിയുന്നുണ്ട്. അറിയുന്നില്ല. ഈ രണ്ട് അവസ്ഥകളും നാമറിയു
ന്നില്ല. ഈ അറിവില്ലായ്മ ഏതിലുൾപ്പെടുത്തും? നമ്മെ ശരിക്കും നാം
മനസ്സിലാക്കുകയാണെങ്കിൽ നാം അറിയപ്പെടുന്നുണ്ടെങ്കിലും അത് അറി
യുന്നതല്ല എന്ന് അറിയാനാകും. അറിവ് ഉണ്ടാകുന്നതല്ല. അത് അറിവി
നുമുമ്പ് അറിവില്ലാത്തപ്പോഴും അറിവുള്ളപ്പോഴും സ്വയം ഉളവായിരിക്കു
ന്നതാണ്.

അറിവെന്നു മുതലേ ഉണ്ട്, അന്ന് മുതലേ ഇതുമുണ്ട്. ഇത് എന്ന്
ഗുരു പറയുന്നത് ലോകത്തെയാകാം. അറിവിൽ ഇത് എവിടെ നിൽക്കും?
അറിവ് ഒന്നാണ്. അതിലിത് — ഈ ലോകം — എന്ന വേറൊരെണ്ണം
ഇല്ല. ഈ ലോകവും അറിവുതന്നെയെന്നാണ് ഗുരു പറയുന്നത്. അപ്പോൾ
അറിവല്ലാതെ വേറൊന്നും ഇവിടെയില്ല.

അറിവിന്റെ ഇടം അറിയപ്പെടുന്നതിന്റെ ഇടം തന്നെയാണ്. വേറൊ
ന്നല്ല. അപ്പോൾ അറിവെന്ത് എന്ന് ചോദിച്ചാൽ ഈ അറിയപ്പെടുന്നതെ
ല്ലാമെന്നു മനസ്സിലാക്കാം.

അറിയപ്പെടുന്നത് ഉള്ളതുമാണ്. നിരന്തരനാശത്തിനു (മാറ്റത്തിനു)
വിധേയവുമാണ്. അറിവിൽ അറിയാത്തത് എന്തുണ്ട്? അറിയപ്പെടുന്ന
തിന്റെ നാശവും അറിവിലാണുള്ളത്. അതും അറിവാണ്. അപ്പോൾ ഈ
അറിവ് എവിടെനിന്നു വന്നു?

അറിവിന് അറിവായിനിന്ന് അറിയിക്കുന്നത് നാമാണ്. അറിവിനും
അറിവിന് അറിവായിനിന്ന് അറിയിക്കുന്നതിനും നമുക്കും തമ്മിലൊരു
ഭേദവുമില്ല. മൂന്നും ഒന്നുതന്നെ. വാസ്തവത്തിൽ അറിവെന്താണ്, അറി
യപ്പെടുന്നതെന്താണ്?

അറിവ് നീ തന്നെ. പക്ഷേ, അത് രണ്ടു വിധത്തിലാണ് അറിയുന്നത്.
നിന്റെ അറിവെന്നും നീ അറിയുന്നതെന്നും എന്നിങ്ങനെ അറിയപ്പെടു
ന്നതും രണ്ടു തരത്തിലാണ്. നീ അറിയുന്നതും നീ അറിയാത്തതും.
അറിവ് രണ്ടുതരത്തിൽ അറിയുന്നു. അറിയപ്പെടുന്നതും രണ്ടുതരത്തില
റിയുന്നു. രണ്ടും ഒന്നായിട്ടും നാലുവിധം.

അറിവ് എവിടെനിന്നു വന്നു എന്നു ഗുരു ചോദിക്കുന്നുണ്ടല്ലോ.
അറിവ് അറിയുന്നവനിൽ വന്നു പകരുകയാണ്. അത് എവിടെനിന്നോ
വരുന്നു. പിന്നീട് അത് അറിയപ്പെടുന്നതിൽ വീഴുന്നു. അഞ്ചായി ചിത
രുന്നു. അങ്ങനെ അറിവിന്റെ അഞ്ചിന്ദ്രിയങ്ങളാകുന്നു.

അറിയുന്നവന് താനാണ് അറിയുന്നവനെന്നറിയാം. തനിക്ക് അറി
വുണ്ടെന്നുമറിയാം. അറിവൊന്ന്. അറിയുന്നവനൊന്ന്, അറിയുന്നതൊന്ന്.
ഇഞാനേന്ദ്രിയങ്ങളഞ്ച്. അങ്ങനെ എട്ട്.

അറിയപ്പെടുന്നതും അറിവും കൂട്ടിയാൽ ഏഴ്. അറിയുന്നവനെയും
കൂട്ടിയാൽ എട്ട്. അറിവിനെ ഇങ്ങനെ വ്യാവഹാരികമായി നമുക്ക് വേർതി
രിക്കാനാകും.

12

മൊഴി മൗനത്തിന്റെ ദേവിക്ക് ഒരു സ്തവം

സ്ത്രീയെ പ്രകൃതിയുടെ, ശക്തിയുടെ, പരബോധത്തിന്റെ പ്രതീ കമായാണ് ആത്മീയ സാഹിത്യം ആഘോഷിക്കുന്നത്. അവൾ സൗന്ദ രൃത്തിന്റെ ആകാശമാണ്, ആഴിയാണ്, പുഴയാണ്, പൂവിടുന്ന കാനന മാണ്, നിലാവിലലിയുന്ന കുന്നുകളാണ്, കുന്നുകളുടെ ശ്യാമനേത്രങ്ങ ളാണ്, ഇലക്കറുപ്പിന്റെ മർമ്മരങ്ങളാണ്, പൂത്തിറങ്ങുന്ന താഴ്വാരങ്ങളാ ണ്, ദിവ്യരഹസ്യങ്ങളുടെ ഗഹ്വരങ്ങളും മൗനത്തിന്റെ മുഴക്കങ്ങളുമാണ്, വൃത്തത്തിന്റെ സമ്പൂർണ്ണതയാണ്, അതിന്റെ നൈരന്തര്യമാണ്, സ്ത്രീ ദൈവമാണ്, ആരാധ്യയാണ്. ഇന്ത്യയുടെ, പ്രത്യേകിച്ച് കേരളത്തിന്റെ മനസ്സിലൊരാദിരൂപമായി സ്ത്രീദൈവമുണ്ട് (ദേവി).

ശ്രീനാരായണഗുരു അദൈ്വതത്തിന്റെയും ദൈ്വതത്തിന്റെയും വിശി ഷ്ടാദൈ്വതത്തിന്റെയും വഴിയും വെളിച്ചവുമറിയുന്നു. തനിക്കു പരിച യിക്കാൻ കഴിഞ്ഞ എല്ലാ ജ്ഞാനങ്ങളുടെയും വഴിയും വെളിച്ചവും അറി യുന്നു. തമിഴ് സിദ്ധന്മാരുടെയും മിസ്റ്റിക്കുകളുടെയും കവികളുടെയും കല്പനകളറിയുന്നു. അവരുടെ സംശുദ്ധവും സമ്പുഷ്ടവുമായ ശൈവ താന്ത്രികതയുടെ യോഗാത്മകത അറിയുന്നു.

വേദകാലഘട്ടത്തിനും മുമ്പ്, അന്നീ ഭൂപ്രദേശം ഭാരതമോ ഇന്ത്യയോ ആയിരുന്നില്ല. ജനവാസമുണ്ടായിരുന്നു. വന്നവരോ നിന്നവരോ ആരൊ ക്കെയോ. അവർ ഈ നൂറ്റാണ്ടിനെയും അത്ഭുതപ്പെടുത്തുന്ന ഒരു നാഗ രികത, സംസ്കാരം, ജീവിതം കരുപ്പിടിപ്പിച്ചിരുന്നുവത്രെ. കൃഷിയിലും കച്ചവടത്തിലും വിദ്യാഭ്യാസത്തിലും ആതുരശുശ്രൂഷയിലും ഔഷധദർശ നത്തിലും ആനന്ദത്തിന്റെ ശാരീരിക-മാനസിക രഹസ്യം കണ്ടെത്തുന്ന തിലും എല്ലാം. ആനന്ദത്തിന്റെ ശാരീരിക-മാനസിക യോഗാത്മക രഹസ്യം അടയാളപ്പെടുത്തുന്ന അവരുടെ ഡയലിറ്റിക്സാണ് തന്ത്രശാ

സ്ത്രം. ഇപ്പോഴുള്ള ശിവശക്തി സംയോഗത്തിന്റെ സൗന്ദര്യസങ്കല്പം അതിന്റെ പരിണതരൂപം. ഇന്ന് ഹോമപ്പുരകളിലും ശ്രീകോവിലുകളിലും കൈക്രിയകൾക്കും തന്ത്രങ്ങൾക്കും അത് ചെയ്യുന്നവർക്കുപോലും അറിഞ്ഞു കൂടാത്ത, മനസ്സിലായിട്ടില്ലാത്ത ചില കല്പനാലാവണ്യങ്ങ ളുണ്ട്. ആനന്ദത്തിന്റെ ശാരീരിക-മാനസിക രഹസ്യങ്ങളിലേക്ക് പ്രവേ ശനം നല്കുന്ന യോഗാത്മകതയുണ്ട്, സംഗീതമുണ്ട്.

തിരുമൂലരുടെ *ശിവതന്ത്രസാരം* 'അൻപേ ശിവം' എന്നാണ് പറയു ന്നത്. സ്നേഹമാണ്, കാരുണ്യമാണ്, അനുകമ്പയാണ് ശിവനെന്ന്. അതാണ് ഗുരുവിന്റെയും ശിവതന്ത്രസാരം. അതിൽനിന്നാണ് ഗുരു തന്റെ സാമൂഹ്യ സമദർശനത്തിന്റെ രാഷ്ട്രീയത്തിന് രൂപംനല്കുന്നത്. ഗുരു ദർശനത്തിന്റെ സത്തയായിരിക്കുന്നത് വൈദിക-സ്മാർത്ത പാരമ്പര്യമല്ല. വൈദികപാരമ്പര്യം അസമത്വത്തിന്റെ പ്രത്യയശാസ്ത്രത്തിലധിഷ്ഠിത മാണ്.

തന്ത്രത്തിന് പ്രപഞ്ചവും മനുഷ്യനും ഒന്നാണ്. ജീവനും വസ്തുവും ഒന്നാണ്. ചൈതന്യവും പദാർത്ഥവും ഒന്നാണ്. പരബ്രഹ്മവും പുല്ലും ഒന്നാണ്. സമഷ്ടിയും വൃഷ്ടിയും ഒന്നാണ്. യോഗവും ഭോഗവും ഒന്നാണ്. എല്ലാം പരസ്പരം നിക്ഷിപ്തമോ ലീനമോ ആണ്. അവിഭക്ത സംയു ക്തതയാണ്. ശങ്കരന്റെ തർക്കജഡിലമായ അദ്വൈതവാദത്തെക്കാളും തന്ത്രം അദ്വൈതത്തിന്റെ ആനുഭൂതികസായൂജ്യം തരുന്നു. തർക്കവും വാദങ്ങളും ശാഠ്യങ്ങളും പക്ഷങ്ങളായി പിരിയുന്നതാണ്. ഏകത്തിനെ തിരെ ശക്തമാകുന്ന അനേകങ്ങളുടെ അശാന്തിയും സംഘർഷവും ആണ്.

ഗുരുവിന്റെ *ദേവീസ്തവമെന്ന* കൃതി ദേവിയുമായി ലയിക്കലിന്റെ, ഒന്നാകലിന്റെ സ്തവമാണ്. പരബോധത്തിന്റെ പരമപ്രേമത്തിന്റെ സ്തവ മാണ്. ഉണർവ്വിന്റെ മുഴുകലാണ്. പ്രേമത്തിന്റെ സർവ്വാശ്ലേഷഭോഗാഭോ ഗമാണ്. യോഗത്തിന്റെ ദ്വൈതാതീതാവസ്ഥയാണ്. ദേവിയും ശിവജ്ഞാ നകല്പനകളും വാങ്മയത്തിന്റെ വിനിമയ മാദ്ധ്യമമായിരിക്കുന്നു ഈ കൃതിയിൽ. ചിഹ്നങ്ങളും പ്രതീകങ്ങളുമായിരിക്കുന്നു.

പഴയ സമ്പ്രദായങ്ങളുടെ ക്രിയാ ജാഡ്യങ്ങളിൽനിന്ന്, സിദ്ധാന്ത ശാഠ്യങ്ങളിൽനിന്ന് ആത്മീയാനുഭൂതിയെ മോചിപ്പിച്ചത് ഗുരുവാണ്. സ്വാഭാവികമായി, അനായാസേന, സൗന്ദര്യത്തിന്റെ സഹസ്രദളങ്ങളിൽ നിറയുന്ന ബോധമാണതെന്ന് ഗുരു തന്റെ എല്ലാ കൃതികളിലും പറയു ന്നുണ്ട്. ഇത് ആദ്യമായി പറഞ്ഞത് ബുദ്ധനാണ്. ശരിയായ ജീവിതത്തി ലൂടെ, ജീവിതത്തിന്റെ സുവർണ്ണ മദ്ധ്യരഥ്യയിലൂടെ ഒരുതരത്തിലുള്ള യത്നവുമില്ലാതെ, ലളിതമായി, സുന്ദരമായി, ധർമ്മകായന്റെ, അമ്മയുടെ സുഖം കൈവരിക്കാമെന്ന്. ആനന്ദം കൈവരിക്കാമെന്ന്. നൈരാശ്യ ത്തിന്റെ വസന്തം കൈവരിക്കാമെന്ന്. നിർവ്വാണത്തിന്റെ സ്വാസ്ഥ്യം കൈവരിക്കാമെന്ന്. ഇവിടെ ഗുരു ബുദ്ധനെ സ്വീകരിക്കുന്നു എന്നു പറ ഞ്ഞാൽ വീക്ഷണത്തിന്റെ, വിലയിരുത്തലിന്റെ പഴയ കണക്കുപുസ്തക

പ്രകാരമാകും. ഗുരു ആരെയും സ്വീകരിക്കുന്നില്ല. നിരാകരിക്കുന്നുമില്ല. അതാണ് ഗുരുവിന്റെ ഡയലിറ്റിക്സ്.

ദേവീസ്തവം പഥ്യാ വൃത്തത്തിലാണെന്ന് അതിന്റെ ഫ്രസ്വഫല ശ്രുതി പറയുന്നു. മലയാളത്തിലോ സംസ്കൃതകത്തിലോ അങ്ങനെ യൊരു വൃത്തമുണ്ടോ എന്നറിയില്ല. ഏവർക്കും പഥ്യമായ, ഹിതകരമായ വൃത്തമെന്നാണ് പഥ്യാവൃത്തമെന്ന പദത്തിനർത്ഥം. ഇപ്പോൾ ഉപയോ ഗത്തിലില്ലാത്ത പല വാക്കുകളും ഈ കൃതിയിലുണ്ട്. പ്രാചീനമലയാള ത്തിന്റെയോ ദ്രാവിഡ മൊഴികളുടെയോ സുതാര്യഹരവിയുള്ള പദങ്ങളാ ണവ. നിഷ്കളങ്കതയുടെ സഹജസൗന്ദര്യമവയ്ക്കുണ്ട്.

ദേവീ നിനക്ക് അവയവങ്ങൾ കല്പിച്ച് വർണ്ണിച്ചു പാടാനേ മുനി മാർക്കും കഴിഞ്ഞിട്ടുള്ളൂ. എനിക്ക് ഒന്നിനും കഴിയുന്നില്ല. നിന്റെ മൊഴി വന്ന് എന്നിൽ മൗനനില പൂണ്ടു മുഴങ്ങുകയാണ്. ആ മൊഴി പറയാനാ കുന്നില്ല. പറയാനുമാവില്ല. ആദ്യ പദത്തിൽ 'ഊഴിന്നു മുമ്പ്' എന്ന ഒരു പ്രയോഗമുണ്ട്. ഊഴ് എന്ന പദത്തിന് അവസാനമെന്നത്രെ അർത്ഥം. വിധിയെന്നും കർമ്മഫലമെന്നും മറ്റുമുള്ള അർത്ഥവും കാണുന്നു. അല്ലെ ങ്കിലതിനെ ഊഴി എന്ന വാക്കായി കണക്കാക്കി അതിന്റെ അനശ്വരത അർത്ഥമെടുക്കാമെന്നും ഡോ. ടി ഭാസ്കരൻ പറയുന്നു. മുനിമാർക്കും ദേവീ, നിനക്ക് അവയവങ്ങൾ കല്പിച്ച് വാഴ്ത്താനല്ലാതെ മറ്റൊന്നിനും കഴിയില്ല, നീ ശരിക്കും എന്താണെന്നു പറയാനാവില്ല, നീ വാഗതീത യാണ് എന്നൊക്കെ പറയാനായേക്കും.

രണ്ടാം പദ്യം തുടങ്ങുന്നത് 'ഇതുകൊണ്ട്' എന്നു പറഞ്ഞുകൊ ണ്ടാണ്. ഇതുകൊണ്ട് എന്നതിന് ആദ്യപദത്തിലെ മൗനനിലയാവാം സൂചിതം. ദേവിയുടെ മൊഴി വന്ന് മൗനനിലയായ് നില്ക്കുന്നതിന്റെ അനു ഭവദർശനമാണത്. അർത്ഥരഹിതമായ കേവല നാദത്തിന്റെ, ബോധ ത്തിന്റെ അനുഭവമാണത്. അതിൽ ഞാൻ കണ്ടതിലൊരുത്തിയാണ് നീ. ഈ മതിമണ്ഡലം — ബോധം — നിലനിർത്തണം. മറ്റൊന്നിലേക്ക് ചാടി പ്പോകാതെ. ഗുരുവിന് അറിവിന്റേതായി, ബോധത്തിന്റേതായി മറ്റു ദർശ നങ്ങളും ഉണ്ടായിട്ടുള്ളതായി ധനിപ്പിക്കുന്നു ഇവിടെ.

പുറമേ ഇക്കാണുന്ന കാർവേണി (മഴക്കാറു പോലെ കറുത്ത മുടി യുള്ള സുന്ദരി) യും മൺപണിയാണ്. മണ്ണുകൊണ്ട് പണിതെടുത്തതാണ്. അവയെല്ലാം സംഘർഷവും ദുഃഖവുമുണ്ടാക്കുന്നതാണ്. പിണിയാറുമാറ് പിരിയാതെ വേണ്ടുന്നത് — ദുഃഖം മാറു മാറ് പിരിയാതെ നിന്നു പോറ്റു ന്നത്. ദേവീ നിന്റെ മണി മേനിയാണ്. നിന്റെ മണിമേനി സംഘർഷമു ണ്ടാക്കുന്നില്ല. ദുഃഖമുണ്ടാക്കുന്നില്ല. നിന്റെ മേനി അറിവും സ്വാസ്ഥ്യവു മാണ്. അതിലണയുന്നതിന്, അതിലായിരിക്കുന്നതിന് നീ ഊതുക. അനു ഗ്രഹിക്കുക, അനുജ്ഞ നല്കുക എന്നൊക്കെ ഊതുക എന്ന വാക്കിന് അർത്ഥം മനസ്സിലാക്കുന്നു. ഇനിയുള്ള മിക്ക പദ്യങ്ങളിലും ഊതുക എന്ന വാക്ക് പല മാനങ്ങളിൽ ഗുരു പ്രയോഗിക്കുന്നതു കാണാം.

ധൂനി ചൂടു മയ്യൻ — പുഴ മുടിയിലണിഞ്ഞ ശിവൻ — തുണ

നീയാണ്. അലകളുടെ ആരവം ഉയരുന്ന, ഒഴുക്കിന്റെ കോലാഹലം നിറഞ്ഞ ഗംഗയെ തലയിൽ ധരിക്കുന്ന ശിവന് തുണ മൗനനില പൂണ്ടു മുഴങ്ങുന്ന മൊഴിയായ ദേവിയാണ് എന്ന് എത്രകണ്ട് ആലോചനാമൃത മായിരിക്കുന്നു. കാവ്യസൗന്ദര്യവും ഗഹനതയും ധനിമൗനങ്ങളും ഇവിടെ നിക്ഷേപിക്കപ്പെട്ടിട്ടുണ്ട്. മുനിമാരുടെ തലയിലെഴുന്നള്ളി മുളുന്നത് നീയാ ണ്. അറിവിന്റെ, ബോധത്തിന്റെ നിശ്ശബ്ദമധുരമായ മുഴക്കമാണത്. അത് വിശുദ്ധിയുടെയും നിഷ്കളങ്കതയുടെയും ചിറകൊച്ചയാണ്. പനിയു ണ്ടിടും കൃമി — ഈർപ്പം തിന്നു ജീവിക്കുന്ന കൃമി — തുടങ്ങി എല്ലാം നിന്റെ ഇനമാണ്. സർവ്വത്തിലും മൗനനില പൂണ്ടിരുന്നു മുഴങ്ങുന്ന മൊഴി നീയാണ്, മഹേശ്വരനും മുനിമാർ തൊട്ട് കൃമി വരെയുള്ള എല്ലാം ഏക മായ നീയാണ് എന്ന അറിവ് എനിക്കു തന്ന് നീ നിലകൊണ്ടാലും.

ഇടയിലിന്നു കാണുന്ന — ജനനത്തിനും മരണത്തിനും മദ്ധ്യേ പൊടി (മണ്ണ്) കൊണ്ട് നിർമ്മിതമായ ഈ ഉടലിന്ന് തടവില്ല. അതിന്റെ നാശം തടഞ്ഞുനിറുത്താനാവില്ല എന്ന്. അതുകൊണ്ട് നിന്റെ നാശമില്ലാത്ത, നിത്യമായ, നിരാമയമായ ഉടലെനിക്കു തരിക. ബോധത്തിന്, അറിവിന് നാശമില്ല. അതാണ് ജീവിതത്തെ രചിക്കുന്നതും പരിണമിപ്പിക്കുന്നതും മാറ്റത്തിന്റെ അനശ്വരതയിലേക്കതിനെ നയിച്ചുകൊണ്ടിരിക്കുന്നതും. അതിന് ഉടലുണ്ടോ? ഉണ്ടെങ്കിലെങ്ങനെ? ഗുരു അതൊന്നും പറയുന്നില്ല.

ലോകത്തിലുണ്ടായിട്ടുള്ള എല്ലാ മിസ്റ്റിക് ദർശനങ്ങളും ഈ സൂപ്പർ ഇന്റലിജൻസിന്റെ പൊരുളിലെത്തി നിന്നാണ് അജ്ഞേയതയുടെ അനു ഭൂതി നുകരുന്നത്.

കമരുന്ന — വശീകരിക്കുന്ന, കൊതിപ്പിക്കുന്ന — ചെവിക്കും കണ്ണിനും മറ്റിന്ദ്രിയങ്ങൾക്കും മൗലിയായിരിക്കുന്നത് നീയാണ്. അതായത് അവ യുടെയെല്ലാം പുറകിലിരുന്ന് കേൾക്കുകയും കാണുകയും മറ്റും ചെയ്യുന്ന അതീതജ്ഞാനം — ബോധം — നീയാണ് എന്ന് ഇവിടെ വിശദമായി വായിച്ചെടുക്കണം. എങ്കിലേ വ്യക്തതയുടെ വെളിച്ചം കിട്ടൂ. ഈ ശരീര ത്തിലിരുന്നു തുഴഞ്ഞ്, അതിനപ്പുറമുയർന്ന് നിന്നിലമരുന്നതിന് അമരം പിടിക്കുന്നതും നീയാണെന്ന അരുള് എനിക്കോതിത്തന്നാലും. ശരീര ത്തിൽ നിന്നുയർന്നാണ് അറിവ്, ബോധം നിറയുന്നത്. അറിവും ബോധവും ശരീരത്തിന്റേതെന്നു പറയുക വയ്യ. ശരീരത്തിന്റേതായ ഒന്നും അതിലില്ല.

നിന്റെ മൗലിയിലെ പൂനിലാവ്, ആ പൂനിലാവിൽനിന്നു വിളയുന്ന വെണ്ണീറ് (വിഭൂതി, ഐശ്വര്യം), കനൽ (തീയ്), നീർ (ജലം), മണം തുടങ്ങി ഇക്കാണുന്നതെല്ലാം നിന്റെ ഇനമാണ്. നീയാണ്. പഞ്ചഭൂതങ്ങളും ഇവിടെ സൂചിതം. പഞ്ചഭൂതാത്മകമായ ശരീരവും നിന്റെ ഇനമാണ്, നീയാണ് എന്ന് മുൻ പദ്യവുമായി ചേർത്ത് മനസ്സിലാക്കാവുന്നതാണ്. ഭുവനത്തിന്റെ സൗന്ദര്യം ശിവരൂപ സങ്കല്പവുമായി കലർന്ന് തെളിയുന്നതും കാണാം. ഭുവനവും അതിലെ സകല ചരാചരങ്ങളും ബോധത്തിന്റെ വിലാസ ചാരു തയാണെന്നും മനസ്സിലാക്കാം.

ശരീരത്തെ, ലോകത്തെ തള്ളിപ്പറയുന്ന വേദാന്തത്തെ ഗുരു ഇവിടെ നിഷേധിക്കുന്നു. കാരണം, അത് ദേവിയുടെ മൗനനിലപുണ്ട മൊഴിയാണ്. ഈ മൊഴിമൗനം, ഭൗതികതയുടെ പൂർണ്ണമായി മനസ്സിലാക്കാൻ കഴി യാത്ത നിലയെയാവാം സൂചിപ്പിക്കുന്നത്.

നിന്നെ തൊഴുന്ന എന്നെ നീ നിന്നിലേക്കു വിളിക്കുക. നിന്റെ ആഴി യിൽ (സമുദ്രത്തിൽ) ഞാൻ കിടന്ന് തുഴയുകയാണ്. നിന്റെ സമുദ്രം എന്നു പറയുന്നത് ഈ ലോകത്തെയാണ്. ജീവിതത്തെയാണ്. ലോക ത്തിലെ, ജീവിതത്തിലെ ദുഃഖങ്ങളെയും ദുരിതങ്ങളെയുമാണ്. കേവലാ നന്ദമയിയായ നീയുണ്ട്. നീ സൃഷ്ടിച്ച ശോകകലുഷമായ ജീവിതമെന്ന ആഴിയുണ്ട്. വിചിത്രം. വിസ്മയകരം. അഴലിങ്കലിട്ട (തീയിലിട്ട) മെഴുകല്ല, നെയ്യാണ് എന്റെ മനസ്സ്. ഉരുകിയൊലിച്ചു വേവുകയാണ് ഞാൻ. മഴമേ ഘമായ നീ മഴയുടെ കുഴലൂതിയാലും. നീ സാന്ത്വനത്തിന്റെ, ശമത്തി ന്റെ, ശാന്തിയുടെ മഴ പെയ്യിച്ചാലും. എങ്കിലേ എന്റെ ഈ തീച്ചൂട് ആറി ക്കിട്ടുകയുള്ളൂ. ഇതിനെ മനസ്സും കോൺഷ്യസ്നെസ്സും തമ്മിലൊരു ഡയ ലോഗായും മനസ്സിന്റെ സൂപ്പർ ഇന്റലിജൻസിനോടുള്ള പ്രാർത്ഥന യായും കാണാം.

എന്റെ ഉള്ളാഴി — ഉള്ളിന്റെ കടൽത്തിരകളുയർന്നു വന്ന് നുരഞ്ഞ് അലയുന്നു. ചിന്തകളുടെ, ഓർമ്മകളുടെ, സങ്കല്പങ്ങളുടെ, സ്വപ്നങ്ങ ളുടെ തിരകളുയരുന്ന കടലാണ് മനസ്സ്. മല്ലിന് (യുദ്ധത്തിന്) നീ പെൺകു തിരയാണല്ലോ. പെൺകുതിരയാവാം പണ്ട് യുദ്ധരംഗത്ത് പോരാട്ടവീര്യം പ്രദർശിപ്പിച്ചിട്ടുള്ളത്. പെട്ടെന്നാണ്, ഓർക്കാപ്പുറത്ത്, നാം പകച്ചുപോ കും. ഒരു പെൺകുതിര കടന്നുവരുന്നു. നിലപെറ്റുനിന്ന് — നിലയുണ്ടാക്കി നിന്ന് — യുദ്ധരംഗത്തെന്നപോലെ നീ ഈ തിരമാലകളോട് പോരാടി അവയെ നുറുക്കിക്കളയുക. എന്നിട്ടു നീ അതിൽ നീരാടുക. നീ നീരാ ടുന്ന നീരിൽ അലകളുണ്ടാവില്ല. ഭൂതമില്ല, ഭാവിയില്ല, നിത്യവർത്തമാനം മാത്രം. നീയാണെന്റെ തണല്, തണുവ്. അതറിഞ്ഞ് നീ എന്നെ അനു ഗ്രഹിക്കുക.

ഇത് പാടുന്നവർക്ക് ദുഃഖമുണ്ടാകില്ല, അതിനായി നിന്റെ പാദം നല്കി അനുഗ്രഹിച്ചാലും എന്നൊരു വാൽക്ഷണവും ഈ കൃതിക്ക് ഫലശ്രുതിയായി കാണുന്നു. ഭാവംകൊണ്ടും ഭാഷകൊണ്ടും സുകൃതം രചിക്കുന്ന ഒരു രചനയാണിത്.

13

ബ്രഹ്മജ്ഞാനത്തിന്റെ പഞ്ചകം

ഉപനിഷത്തുകളാണ് ബ്രഹ്മത്തെ നമുക്കു പരിചയപ്പെടുത്തി തരു ന്നത്. ബ്രഹ്മം എന്ന വാക്കിന് വലുതാകുന്നത് എന്നാണർത്ഥം. പദാർത്ഥ ത്തെയും പദാർത്ഥാതീതമായ അവ്യാഖ്യേയതയെയും പുണരുന്ന ഒരാ ശയമതിനുണ്ട്. അത് സമസ്തത്തെയും ഉൾക്കൊള്ളുന്നതും മനസ്സിനോ വാക്കിനോ വഴങ്ങാത്തതുമാണ്. ബ്രഹ്മമല്ലാതെ മറ്റൊന്നും ഇവിടെയില്ല. സൂക്ഷ്മമായതും സ്ഥൂലമായതും എല്ലാം അതാണ്. അതും ഇതും അതാണ്. ഞാനും നീയും അതാണ്. പരവും അപരവും അതാണ്. അത് സർവ്വജീവികൾക്കും ജീവനാണ്. സർവ്വേന്ദ്രിയങ്ങളിലുമിരുന്ന് പ്രകാശി ക്കുന്ന ജ്യോതിസ്സാണ്, അറിവാണ്. സകലതിന്റെയും കാരണവും പര മാർത്ഥവുമാണ്. സർവ്വചരാചരങ്ങളിലുമിരിക്കുന്ന ചൈതന്യമാണ്. അത് ഗുഹ്യതമമാണ്. ഗൂഢമാണ്. അറിയാനാകാത്തതാണ്. ബോധത്തിന്റെ അഗാധക്കാഴ്ചയാണ്.

ആ മഹാരഹസ്യത്തെപ്പറ്റിയാണ് ഇവിടെ ശ്രീനാരായണഗുരു പറ യുന്നത്. കേവലം അഞ്ചു ശ്ലോകങ്ങളിലായി, *ബ്രഹ്മവിദ്യാപഞ്ചക*മെന്നാണ് കൃതിക്കു പേരു നല്കിയിരിക്കുന്നത്. വേദാന്തസാരം സമ്പൂർണ്ണമായി, കാട് മഞ്ഞുതുള്ളിയിലെന്നപോലെ, ഈ കൃതിയിലെ ശാർദ്ദൂലവിക്രീ ഡിതം വൃത്തത്തിലുള്ള ശ്ലോകങ്ങളിലുണ്ട്. ഗുരുവിന്റെ മനോധർമ്മം വേദാ ന്തപ്രണീതമായ ബ്രഹ്മത്തെ പുതുക്കിപ്പണിയുകയും ചെയ്തിരിക്കുന്നു, പരോക്ഷ ധ്വനികളിലൂടെ.

ഗുരു അദ്വൈതിയോ ദ്വൈതിയോ എന്നൊക്കെ നിശ്ചയിച്ചുറപ്പിച്ച് അവ സാനിപ്പിക്കാനൊരുമ്പെടുന്നത് വങ്കത്തമാണ്. ദാർശനികമായ പാപവു മാണ്. ഒരുപാട് പേരുകളും ലേബലുകളും ഗുരുവിന് അപ്രകാരം ചാർത്തി ക്കിട്ടിയിട്ടുണ്ട്. ഇതിലൊന്നും ഗുരു കൊണ്ടില്ല. കൊള്ളുന്നില്ല. പിന്നെയും

കവിഞ്ഞുകൊണ്ടിരിക്കുന്നു.

അറിഞ്ഞ, വായിച്ച എല്ലാ ആത്മീയ-ദാർശനിക പദ്ധതികളിൽനിന്നും ചിലത് പെറുക്കിയെടുത്ത് ഗുരു അകമേ കരുതി. ചിലതുപേക്ഷിച്ചു. ചിലത് അവഗണിച്ചു. ബൗദ്ധ-ക്രൈസ്തവ-ഇസ്ലാം-ശൈവ-വേദാന്തദർശനങ്ങളിൽനിന്നെല്ലാം ഗുരു ചിലത് സ്വീകരിച്ചു. ഗുരുവിന്റെ കൈയിലത് കണ്ടതും കാണാത്തതും പ്രതിഫലിപ്പിക്കുന്ന കണ്ണാടിയായി. അങ്ങനെ ഗുരുദർശനം സ്വീകരിക്കലിനോ നിരാകരിക്കലിനോ അപ്പുറം വിശാലമായി. അതുകൊണ്ടാണ് ഏതെങ്കിലും പൂർവ്വദർശനത്തിന്റെ അതിരുകളിൽ ഗുരുവിനെ കണ്ടവരുടെ കാഴ്ചയിൽനിന്ന് ഗുരു പിന്നെയും പിന്നെയും കവിഞ്ഞുനില്ക്കുന്നത്.

സംസ്കൃതത്തിലാണ് *ബ്രഹ്മവിദ്യാപഞ്ചകം* രചിച്ചിരിക്കുന്നത്.

ഒന്നാമത്തെ ശ്ലോകം തുടങ്ങുന്നത് നിത്യാനിത്യ വിവേകം പറഞ്ഞുകൊണ്ടാണ്. ബ്രഹ്മജ്ഞാനത്തിന് ആദ്യമായി വേണ്ടത് നിത്യമേത്, അനിത്യമേത് എന്ന തിരിച്ചറിവാണത്രെ. നാല് ഉപനിഷദ് മഹാവാക്യങ്ങളാണ് ബ്രഹ്മജ്ഞാനത്തിന്റെ അടിസ്ഥാനവാക്യങ്ങൾ. ഒന്ന്, അഹം ബ്രഹ്മാസ്മി. അതിന്റെ അർത്ഥം, ഞാൻ തന്നെ ബ്രഹ്മം എന്നാണ്. ഒരു വലിയ നിറയലാണത്. ചെറുതാകലും ചെറുതിലും ചെറുതാകലുമാണത്. വലുതാകലും വലുതിലും വലുതാകലുമാണത്. അത് സാദ്ധ്യതകളുടെയെല്ലാം അകമാകലാണ്. പൊരുളും പൊരുത്തവുമാകലാണ്.

രണ്ട്, തത്ത്വമസി. അത് നീയാണ് എന്നർത്ഥം. ആദ്യവാക്യംപോലെതന്നെ ഇതും നാം നമ്മുടെ അസ്തിത്വത്തിനു നല്കേണ്ട വികാസ സർവ്വസ്വത്തെക്കുറിച്ചാണ്. ഭേദഭാവനയുടെ നിരാകരണവും ഏകതയുമാണ്.

മൂന്ന്, സർവ്വം ഖലിദം ബ്രഹ്മഃ എല്ലാം ബ്രഹ്മമാണ് എന്ന്. മുമ്പു പറഞ്ഞ രണ്ടു വാക്യങ്ങളുടെ അർത്ഥസാരം തന്നെയാണ് ഈ വാക്യത്തിലും ഉള്ളത്.

നാല്, പ്രജ്ഞാനം ബ്രഹ്മഃ അറിവിലുമേറിയ അറിവാണ് ബ്രഹ്മം എന്ന്. അറിവ് അറിയുന്നതെന്തോ അതെല്ലാമാണ് ബ്രഹ്മം എന്ന്. പ്രജ്ഞാനം, അതായത് അറിവിലുമേറിയ അറിവ്. അത് അറിവില്ലായ്മയെക്കുറിച്ചുള്ള അറിവാണ്. അജ്ഞേയതയെക്കുറിച്ചുള്ള അറിവാണ്. അറിവിന്റെയും അത് പൊതിയുന്ന അജ്ഞേയതയുടെയും ആകാശങ്ങൾ അവസാനിക്കുന്നില്ല എന്നറിയുമ്പോഴാണ് ജിജ്ഞാസയുണരുന്നത്. വിസ്മയത്തിന്റെ നക്ഷത്രങ്ങളും മാരിവില്ലുകളും തെളിയുന്നത്. അഹത്തിന്റെ തടവറകൾ തകർന്നുപോകുന്നത്.

ഈ നാല് ഉപനിഷദ് മഹാവാക്യങ്ങളും നിത്യമെന്നും അനിത്യമെന്നും ഒന്നിനെയും വിവേചിച്ചറിയുന്നില്ല. പിന്നെ എന്താണ് നിത്യാനിത്യ വിവേകമെന്ന നിർദ്ദേശംകൊണ്ട് ഇവിടെ അർത്ഥമാക്കുന്നത്? സർവ്വവും ബ്രഹ്മ (സർവ്വം ഖലിദം ബ്രഹ്മഃ)മെങ്കിൽ എന്ത് നിത്യം, എന്തനിത്യം? ബ്രഹ്മം മാത്രം നിത്യം, മറ്റെല്ലാം അനിത്യമെന്നു പറയുന്നു. ബ്രഹ്മമല്ലാതെ

ഇവിടെ മറ്റെന്തുണ്ട്? അതുകൊണ്ട് അങ്ങനെ വിചാരിക്കാനും പാടില്ല.

പിന്നെ എന്താണ് നിത്യവും അനിത്യവുമായിട്ടുള്ളത്? ഇവിടെ ഒന്നും പുതുതായി ഉണ്ടാകുന്നില്ല, ഒന്നും നശിക്കുന്നില്ല എന്ന് ശാസ്ത്രം. അപ്പോൾ ഉള്ളത് ഉണ്ട്. നാമരൂപാദികളിലറിയുന്നതിന്റെ അടിസ്ഥാനസ ത്യമാണ് നിത്യം. നാമരൂപാവസ്ഥ അനിത്യം. ജലമാണ് മഴയായും മഞ്ഞായും പുഴയായും കുളമായും ഒക്കെ അറിയുന്നത്. ഇതെല്ലാം ഉണ്ടാ കുന്നത് കടലിൽനിന്നാണ്. മഴയ്ക്കും മഞ്ഞിനും പുഴയ്ക്കും കുളത്തിനും കടലുമായി ഒരദൃശ്യബന്ധമുണ്ട്. ഇതിലെ ജലമെല്ലാം അവസാനം എത്തി ച്ചേരേണ്ടത് കടലിലാണ്. അല്ലെങ്കിൽ ജലത്തിന്റെ ഒരു മഹാസ്രോതസ്സി ലാണ്. കാരണം ആദ്യം ഈ ജലമെല്ലാം അവിടെയായിരുന്നു. അവിടെനി ന്നാണ് ജലം മഴയായും മഞ്ഞായും പുഴയായും കുളമായും പരിണമി ക്കുന്നത്. പരിണാമത്തിന്റെ നിരന്തരതയിലും പരിണമിക്കാതെ നില്ക്കുന്ന ഒന്നുണ്ട്. ജലം. ആ ജലസ്രോതസ്സുപോലെ ഏതോ ഒന്നിൽനിന്നാണ് ഈ അനേകങ്ങൾ പരിണമിച്ചു പരിണമിച്ചങ്ങനെ വിലസുന്നത്. ആ ഒന്ന് പക്ഷേ മാറുന്നില്ല. പരിണമിക്കുന്നില്ല. അടിസ്ഥാനപരമായി ആ ഒന്നാ ണെല്ലാം. അത് നശിക്കുന്നില്ല, മാറുന്നില്ല. ഇവിടെ അനിത്യം എന്നു പറ യുന്നത് മാറ്റത്താലുണ്ടാകുന്ന മാറുന്ന അവസ്ഥകളെയാകാം.

നിരന്തരമാറ്റത്തിനു വിധേയമാകുന്ന പ്രപഞ്ചത്തിന്റെയും ജീവിത ത്തിന്റെയും അടിസ്ഥാന സത്യദർശനമാണ് നിത്യാനിത്യവിവേകം. അത് നിശിതബുദ്ധിയും പ്രതിഭയുംകൊണ്ട് ഉപരിപ്ലവമായ മാറ്റത്തിന്റെ ഭ്രമ ങ്ങളിൽനിന്ന് സത്യത്തെക്കുറിച്ചുള്ള ശാസ്ത്രീയമായ അന്വേഷണത്തി ലേക്കു പ്രവേശിക്കുന്നതിനെയാണ് സൂചിപ്പിക്കുന്നത്. അറിവിലുമേറിയ അറിവിലേക്കുള്ള വഴിയാണത്.

എന്താണ് മോക്ഷം! മോക്ഷമെന്ന വാക്കിന്റെ അർത്ഥം സ്വാതന്ത്ര്യ മെന്നാണ്. ഇന്ത്യൻ ദർശനത്തിന്റെ ആശയകേന്ദ്രമാണ് മോക്ഷം — മുക്തി. ലോക — ജീവിതവിരക്തിയായും മരണമായും മറ്റും വ്യാഖ്യാ നിച്ച് വഷളാക്കിക്കളഞ്ഞ ഒരാശയമാണ് മോക്ഷം. അത് ദേഹമുക്തി യെന്നും വിദേഹമുക്തിയെന്നും രണ്ടു തരമുണ്ട് എന്ന ഉപനിഷത്തുക്ക ളുടെയും നിർവ്വാണമെന്നും മഹാനിർവ്വാണമെന്നും രണ്ടുതരമുണ്ട് എന്ന ബുദ്ധിസത്തിന്റെയും കല്പനകളെക്കുറിച്ച് ഇവിടെ പരാമർശിക്കുന്നില്ല. നാം ഒരുപാട് തരത്തിലുള്ള ബന്ധനങ്ങളിൽ പെട്ടാണ് ജീവിക്കുന്നത്. മോക്ഷലാഭം കൊണ്ടുദ്ദേശിക്കുന്നത് അതിൽനിന്നെല്ലാമുള്ള മോചനമാ ണ്. ശാരീരികമായും മാനസികമായും സാമൂഹ്യമായും ഉള്ള ബന്ധമോ ചനത്തിന്റെ ബുദ്ധാവസ്ഥയാണത്. മോക്ഷേച്ഛുവായ ആൾ ഒരു ഗുരു വിനെ സമീപിക്കുന്നു. ഞാൻ ആരാണ്, ഈ ലോകം എവിടുന്നുണ്ടായി എന്നീ ആദിമവും അടിസ്ഥാനപരവുമായ ചോദ്യങ്ങൾ ഗുരുവിനോട് ചോദി ക്കുന്നു. അജ്ഞേയതയുടെ നിറവില്ലാത്ത നീരുറവകളാകും ഈ ചോദ്യ ത്തിന്റെ ഉത്തരങ്ങൾ. ബ്രഹ്മജ്ഞാനം ഈ നീരുറവകളിൽ നടത്തുന്ന തീർത്ഥാടനമാണ്. ചരാചരാത്മക വിസ്തൃതികളുടെ മുഴുവൻ മൂലവും

സത്തയുമാണത്. ഗുരു ജ്ഞാനപ്രകാശത്തിന്റെ മൂർത്തിമദ്ഭാവമാണ്. ഗുരു അയാളെ ഇപ്രകാരം ഉപദേശിക്കും.

നീ ബ്രഹ്മം തന്നെയാകുന്നു. നീ നിന്റെ ഇന്ദ്രിയങ്ങളല്ല, മനസ്സല്ല, ബുദ്ധിയല്ല, ചിത്തമല്ല, ശരീരമല്ല, പ്രാണങ്ങളല്ല, അഹങ്കാരമല്ല, സ്വന്തം ആത്മാവിൽ അജ്ഞാനംകൊണ്ട് കല്പിക്കപ്പെടുന്ന അസത്തായ വേറെ ഒന്നും ഒന്നുമല്ല. ദൃശ്യമായതെല്ലാം ജഡമാണ്. ഈ ലോകം നിന്നിൽനിന്നന്യമായ ഒന്നിൽ നിന്നുണ്ടായതല്ല.

മോക്ഷേച്ഛുവിന് ഗുരു കൊടുക്കുന്നത് നീ തന്നെയാണ് ബ്രഹ്മം, നീ തന്നെയാണ് ലോകം എന്ന ഉപദേശമാണ്. നമ്മുടെ അസ്തിത്വത്തെ സമസ്തവുമായി ഇണക്കി കാണുകയാണ് ഗുരു ഇവിടെ ചെയ്യുന്നത്. പ്രബുദ്ധതയുടെയും വിശാലകാഴ്ചപ്പാടിന്റെയും പ്രശ്നവും കൂടിയാണത്. you are the world. നാം നമ്മുടെ ഇന്ദ്രിയങ്ങളും മനസ്സും ബുദ്ധിയും ചിത്തവും ശരീരവും പ്രാണങ്ങളും അഹങ്കാരവുമാണെന്ന അനുഭവത്തിന്റെ പരിമിതവ്യത്തത്തിലാണ് നാം ജീവിച്ചുപോകുന്നത്. ആ അനുഭവപരിമിതിയുടെ കൂടാരം പൊളിച്ചു നീക്കപ്പെടേണ്ടിയിരിക്കുന്നു. നാം ലോകമാകുന്നു. ലോകവും ജീവിതവും സ്വയം പ്രകാശിക്കുന്നില്ല. ബ്രഹ്മപ്രകാശം കൊണ്ടാണ് പ്രകാശിക്കുന്നത്. ഒരു മരീചികയാണിതെല്ലാം. ബ്രഹ്മ പ്രകാശത്താലാണ് ഇപ്രകാരം ഇല്ലാത്തത് ഉണ്ടെന്ന തോന്നലുണ്ടാകുന്നത്. ഉള്ളത് ബ്രഹ്മം മാത്രം. ബ്രഹ്മത്തെയല്ല നാം കാണുന്നത്. മാറ്റത്തെയാണ്. അതുകൊണ്ടാണ് ദൃശ്യമായതെല്ലാം ജഡമാണെന്നു ഗുരു പറയുന്നത്.

കുടം, ചെരാത് തുടങ്ങിയ മൺപാത്രങ്ങളിൽ ഉള്ളത് മണ്ണാണ്. അതുപോലെ ഒരേക വസ്തു, ഈ ചരാചരങ്ങളിലെല്ലാം വ്യാപിച്ചിരിക്കുന്നു. ഈ ലോകം അതിന്റെ ഉള്ളിലാണ് സ്ഫുരിക്കുന്നത്. അതാണ് ഈ ലോകത്തിന്റെ ആത്മാവ്. അതിൽനിന്നാണ് ലോകം ജനിച്ചത്. ലോകം സ്ഥിതി ചെയ്യുന്നത് അതിലാണ്. പ്രളയകാലത്തുപോലും അതുമാത്രം സദ്ഘനമായി വർത്തിക്കുന്നു. അത് എല്ലാത്തിലും അനുസ്യൂതമായിരിക്കുന്നു. അതിനു ജന്മമില്ല. നിർമ്മല ബുദ്ധിയുള്ള ആളുകൾ സത്യമായ അതിനെ അമൃതമായതിനുവേണ്ടി നമസ്കാരം ചെയ്യുന്നു. ബ്രഹ്മം എല്ലാ വനചേതനകളുടെയും സാന്ദ്രവനനീലിമയാണ്. എല്ലാ കുന്നുകളുടെയും കൈലാസമാണ്. എല്ലാ ജലാശയങ്ങളുടെയും ആഴിയാണ്. അതറിയാതെ ഒരു മരവും ഒരു സസ്യവും ഒരു തൃണവും പൂക്കുന്നില്ല. അതറിയാത്ത വലുപ്പമില്ല. അതറിയാത്ത ഉയരമില്ല. അതറിയാത്ത അപാരതയില്ല. അതറിയാത്ത ആഴമില്ല. കുടം, ചെരാത് തുടങ്ങിയ പാത്രങ്ങൾ മണ്ണാണ്. വള, മാല തുടങ്ങിയ ആഭരണങ്ങൾ സ്വർണ്ണമാണ്. മഴ, മഞ്ഞ് തുടങ്ങിയവ ജലമാണ്: എന്നിങ്ങനെ വേദാന്തത്തിലൊരുപാട് ഉദാഹരണങ്ങളും ഉപമകളും ദൃഷ്ടാന്തങ്ങളും പറയുന്നുണ്ട്. ശാസ്ത്രത്തിന് നിരീക്ഷണങ്ങളും പരീക്ഷണങ്ങളുമാണെങ്കിൽ ദാർശനികചിന്തയ്ക്ക് ആധാരമാകുന്നത് ഇവയാണ്. അനേകമായി തുടരുന്ന ഈ പ്രപഞ്ചത്തിനും ജീവിതത്തിനും അടിസ്ഥാനവസ്തുവായിരിക്കുന്നത് ബ്രഹ്മമാകുന്നു എന്ന് വേദാന്തം.

അത് വസ്തു സ്വഭാവമില്ലാത്തതും അവസ്തു അല്ലാത്തതുമാണത്രെ. അതിൽനിന്നാണ് ലോകമുണ്ടായത്. അതിലാണ് ലോകം സ്ഥിതിചെയ്യുന്നത്.

മാറ്റത്തെ, പരിണാമത്തെയാണിവിടെ പ്രളയം, അല്ലെങ്കിൽ പ്രലയം എന്നു പറയുന്നത്. ഏതൊന്നിന്റെയും മാറ്റത്തെ നാശമായിട്ടാണ് നാം കാണുന്നത്. മാറ്റം നാശമല്ല. മാറാത്തത് അവശേഷിപ്പിച്ചാണ് എന്തും മാറുന്നത്. അതാണ് സദ്ഘനമായത്. അതുകൊണ്ടാണത് തുടരുന്നത്. നിർമ്മലവും നിഷ്കളങ്കവുമായ ബുദ്ധിയുള്ള ആളുകൾ ബാഹ്യമായ വ്യാജതലങ്ങൾ കടന്ന് സത്യമായ അതിനെയാണ് ആശ്രയിക്കുന്നത്.

അതാണ് പ്രകൃതിയിൽനിന്ന് ഈ പ്രപഞ്ചം സൃഷ്ടിച്ചിരിക്കുന്നത്. സൃഷ്ടിച്ചതിനുശേഷം അതിൽ അനുപ്രവേശിച്ചിരിക്കുന്നത് അതാണ്. അതാണ് ഈ പ്രപഞ്ചത്തെ ധരിക്കുന്നത്. അതാണ് ബാഹ്യമായ നിശ്ശൂന്യവിഷയങ്ങളനുഭവിച്ച് കഴിയുന്നത്. സുഷുപ്തിയിൽ പ്രാജ്ഞനായിരിക്കുന്നത് അതാണ്. അതാണ് ഓരോ അന്തരംഗത്തിലും ആത്മകല സ്ഫുരിപ്പിക്കുന്നത്. അതിനാൽ ജനങ്ങൾ സ്വസ്തി പറയുന്നത്. അതാണ് ജ്ഞാനത്താൽ പൂർണ്ണമായത്. അത് നീ തന്നെയാകുന്നു.

ഇവിടെ ഗുരു 'നീയല്ലോ സൃഷ്ടിയും/സ്രഷ്ടാവായതും/സൃഷ്ടിജാലവും/ നീയല്ലോ ദൈവമേ സൃഷ്ടിക്കുള്ള സാമഗ്രിയായതും' എന്ന *ദൈവദശക* ശ്ലോകത്തിന്റെ 'അകവും പുറവും തിങ്ങുന്ന മഹിമാവി'നെയാണ് ഓർമ്മിപ്പിക്കുന്നത്. ബാഹ്യവും ആഭ്യന്തരവുമെന്ന് രണ്ടില്ല, രണ്ടും ഏകമാണ്, ഒന്നാണ്, രണ്ടിനെയും ചുഴ്ന്നു നില്ക്കുന്നത് ബ്രഹ്മമാണ് എന്ന് ഗുരു ഇവിടെയും പറയുന്നു. നല്ല ഉറക്ക (സുഷുപ്തി)ത്തിലെ ബോധം (പ്രാജ്ഞൻ) ബ്രഹ്മമാണ്. വേദാന്തത്തിലെ ബോധഘട്ടങ്ങളെക്കുറിച്ചുള്ള വിവരണത്തിലാണത് പെടുന്നത്. ജാഗ്രത്, സ്വപ്നം, സുഷുപ്തി, തുരീയം, തുരീയാതീതം എന്നിങ്ങനെ പോകുന്നു അത്. സുഷുപ്തിയിലെ ബോധം അതിനിഗൂഢമായ ഒരു വിസ്മയലോകമാകുന്നു. ബ്രഹ്മം സകലതിന്റെയും ആത്മകലയാകുന്നു. ചൈതന്യമാകുന്നു. സൗന്ദര്യമാകുന്നു. വേദാന്തപരാമർശങ്ങളുടെ പുതിയ വിവക്ഷകളാണിവിടെ തിരയുന്നത്. പഴയ വ്യാഖ്യാനങ്ങളുടെ പൂതലിച്ചുപോയ സാങ്കേതികതയല്ല.

ഞാൻ പ്രജ്ഞാനമാണ്. അതായത് അറിവിലുമേറിയ അറിവാണ്. അത് നീയാണ്. അതായത് ഞാൻ നീയാണ്. ബ്രഹ്മം ആത്മാവ് തന്നെ. വിപ്രാ, (ബ്രാഹ്മണനെന്നല്ല, വിജ്ഞനെന്നാണ് വിപ്രനെന്ന വാക്കിനർത്ഥം) പ്രശാന്തമാനസനായി ബ്രഹ്മബോധം ഉണ്ടാകുന്നതുവരെ നീ, അറിവിലുമേറിയ അറിവാണ്, അത് നീയാണ് എന്ന് പാടിക്കൊണ്ട് സഞ്ചരിച്ചാലും. നിനക്ക് പ്രാരബ്ധം എവിടെ? സഞ്ചിതകർമ്മഫലം എവിടെ? വരാനിരിക്കുന്നത് അവന് ഇല്ലാത്തതാകുന്നു. എല്ലാം നിന്നിൽനിന്നാണ് ആരോപിതമാകുന്നത്. അതുകൊണ്ട് നീ സച്ചിൻമാത്രവും അഖിലവും വിഭുവുമാണ്.

ഒടുവിൽ ഗുരു പറയുന്നു, ഞാനാണ് അറിവിലുമേറിയ അറിവെന്ന്.

നീയും അതാണ്, അതായത് അതിൽനിന്നന്യമായി ഒന്നും ഇല്ല എന്ന്. ഇത് പാടിക്കൊണ്ടു നടക്കണം. നിശ്ചിന്തനായി, നിർവ്വികാരനായി, നിസ്സംഗനായി.

യാഥാസ്ഥിതിക വേദാന്തവിചാരത്തിൽനിന്ന് മുക്തവും സർവ്വാശ്ലേഷിയുമായ ഒരു ബ്രഹ്മബോധമാണ് ഗുരു *ബ്രഹ്മവിദ്യാപഞ്ചകത്തിലൂടെ* നമുക്കു തരുന്നത്. ബ്രഹ്മമെന്ത്? വാക്കിൽ അതിനൊരു നിർവ്വചനമില്ല. ഗണിതത്തിൽ അതിനൊരു സമവാക്യമില്ല. രസതന്ത്രത്തിൽ അതിനൊരു ഫോർമുലയില്ല. പിന്നെ എന്താണത്. അത് വസ്തുവല്ല. അവസ്തുവുമല്ല. പിന്നെ എങ്ങനെ ഗ്രഹിക്കും. പഞ്ചേന്ദ്രിയങ്ങൾക്കപ്പുറം തുറന്നു കിട്ടുന്ന ഒരനുഭവലോകമുണ്ട്. അത് പഞ്ചേന്ദ്രിയാതീതമോ ഇന്ദ്രിയങ്ങളുടെ വിദൂരവ്യോമങ്ങളിലെവിടെയോ തെളിയുന്ന പ്രകാശമോ? അവിടെ ബ്രഹ്മാനുഭവമുണ്ട്. അവിടെ സന്തോഷിക്കാനോ സന്തപിക്കാനോ ഒരു ഞാനില്ല. ഉള്ളത് അഖിലവുമാണ്. ഇവിടെ ഗുരു പറയുന്നത് മനഃശാസ്ത്രമാണ്. കാരണം ഏറ്റവും ഉയർന്ന ബോധാവസ്ഥയെക്കുറിച്ചാണ് ഗുരു പറയുന്നത്.

ഇവിടെ ഗുരു ഞാനാണ് ബ്രഹ്മമെന്നു പറയുന്നു. നീയാണ് ബ്രഹ്മമെന്നു പറയുന്നു. ഈ ലോകം നാമാണെന്നു പറയുന്നു. ഇതെല്ലാം ഏകമാണെന്ന വിവക്ഷ ഇവിടെ വരുന്നുണ്ട്. ഗുരുവിന്റെ ലോക-സാമൂഹ്യ ദർശനവും ഇവിടെ തെളിയുന്നുണ്ട്. ഞാനും നീയും ബ്രഹ്മമാണ്. ആദിമമായ ആത്മരൂപമാണ്. അതുകൊണ്ട് 'അവനവനാത്മസുഖത്തിനാചരിക്കുന്നവയപരന്നു സുഖത്തിനായ് വരേണ'മെന്ന *ആത്മോപദേശശ്ലോക*ത്തിന്റെ സാമൂഹ്യദർശനപ്രകാശം നമുക്കിവിടെ കാണാം.

അഹത്തിന്റെ (Ego) പ്രാകാരങ്ങളെ ഗുരു തകർത്തുകളയുന്നു. മറ്റുള്ളവരെന്ന (others) വിചാരമാണ് അഹമുണ്ടാക്കുന്നത്. ആ വിചാരം പോകുമ്പോൾ അഹം പോകും. അപ്പോൾ നാം ഒരു പുഴപോലെ ഒഴുകും. സമുദ്രം പോലെ അഗാധവും വിശാലവുമാകും. ആകാശംപോലെ അനന്തമാകും. നാം സ്വയം അകപ്പെട്ട കാരാഗൃഹത്തിൽനിന്ന് നാം മോചിതരാകും. ലോകം മുഴുവൻ നിറയുന്ന നിറവായി നാം മാറും.

14

ജാതിനിർണ്ണയം

വ്യത്യസ്ത ജാതിയും മതവും തമ്മിലുള്ള വിഭാഗീയതയും വിദ്വേ ഷവുംകൊണ്ടു കലങ്ങുന്ന സമൂഹത്തിന് ശ്രീനാരായണഗുരു നല്കിയ സത്യദർശന ലോചനങ്ങളാണ് *ജാതിനിർണ്ണയം, ജാതി ലക്ഷണം* എന്നീ കൃതികൾ. *ജാതിനിർണ്ണയം* എന്ന കൃതിയുടെ കാഴ്ച എന്ത് എന്നാണ് നാമിവിടെ വായിച്ചു നോക്കുന്നത്. ജീവശാസ്ത്രയുക്തിയും സാമൂഹിക ബോധവും പ്രകടിപ്പിക്കുന്ന ഒരു കൃതിയാണിത്. *ജീവകാരുണ്യപഞ്ചക* ത്തിലും അനുകമ്പാദശകത്തിലും മറ്റും ഗുരു കണ്ട ജൈവചേതനയുടെ ഏകതയെയല്ല, ജൈവിക നിയമങ്ങളുടെ വൈവിധ്യത്തെ അടിസ്ഥാന മാക്കി, മനുഷ്യനിർമ്മിത ജാതിമത വേർതിരിവുകളുടെ അസംബന്ധം നിരാകരിക്കുകയാണ് ഗുരു ഇവിടെ ചെയ്യുന്നത്. പ്രകൃതിജന്യ ജൈവ വേർതിരിവുകളേയുള്ളൂ. മറ്റു വേർതിരിവുകളെല്ലാം ഇല്ലാത്തത്. ഇതാണ് ഈ കൃതിയുടെ സന്ദേശം.

ഒരു ജാതി, ഒരു മതം, ഒരു ദൈവം എന്ന പ്രശസ്ത വചനം *ജാതി നിർണ്ണയം* എന്ന കൃതിയുടെ ഭാഗമായാണ് വരുന്നത്. മനുഷ്യർക്ക് എല്ലാ വർക്കും ഒരേ യോനിയാണുള്ളത്. യോനിക്കിവിടെ അർത്ഥമെടുക്കേണ്ടത് ഉല്പത്തിസ്ഥാനമെന്നാണ്. യോനിക്ക് വ്യവഹാരത്തിലും നിഘണ്ടുവിലും ഉള്ള അർത്ഥം സ്ത്രീയുടെ ജനനേന്ദ്രിയം (vagina) എന്നാണ്. മനു ഷ്യർക്ക് എല്ലാവർക്കും ഒരേ ആകാരമാണുള്ളത്. ആനയുടെ ആകൃതി യിലൊരു മനുഷ്യനും ജനിക്കാറില്ല. ഈച്ച ചത്തൊരു പൂച്ചയായും കൃപ യില്ലാതെ പീഡിപ്പിച്ചീടുന്ന നൃപൻ ചത്ത് കൃമിയായും പിറക്കുന്നു എന്നൊക്കെ പൂന്താനം പറയുന്നത് പുനർജ്ജന്മത്തെക്കുറിച്ചാണ്.

നാം കാണുകയും അനുഭവിക്കുകയും ചെയ്യുന്ന നരജന്മത്തിന് ഒരേ ആകാരമാണുള്ളത്. ബ്രാഹ്മണർക്കും നായർക്കും ഈഴവർക്കും പുല

യർക്കും പ്രത്യേകം പ്രത്യേകം യോനികളോ ആകാരമോ അല്ല ഉള്ളത്. സന്തതി പിറക്കുന്ന ഒരു ജാതി — മനുഷ്യജാതി — യിൽനിന്നാണ്. മുയ ലിന് മനുഷ്യരിൽനിന്ന് സന്തതികൾ ഉണ്ടാകാറില്ല. മനുഷ്യരിൽ മൃഗകാമം — ബെസ്റ്റിയാലിറ്റി — എന്ന റെയർ സ്വഭാവമുണ്ടെന്നു മനഃശാസ്ത്രം പറ യുന്നത് കാമത്തിന്റെ കാര്യത്തിൽ മാത്രം. മൃഗത്തിന്റെ ഗർഭത്തിലൊരു മനുഷ്യസന്തതി പിറക്കുന്നതോ, മനുഷ്യഗർഭത്തിലൊരു മൃഗശിശു പിറ ക്കുന്നതോ അസംഭാവ്യം. അങ്ങനെയൊരു കഥ പറഞ്ഞുകേട്ടിട്ടുമില്ല. അപ്രകാരം മനുഷ്യരൊരു ജാതി — ഇനം — യിലുള്ളതാണെന്നു പറയാം.

ഈ മനുഷ്യജാതിയിൽനിന്നാണ് ബ്രാഹ്മണനും പിറക്കുന്നത്, പറ യനും പിറക്കുന്നത്. അപ്പോൾ ബ്രാഹ്മണനും പറയനും നര — മനുഷ്യ — ജാതിയാണെന്നു പറയാം. ഇങ്ങനെ ഒരേ ജാതിയിൽ പിറന്നവരെ — യോനിയിലോ ആകാരത്തിലോ ഒരു വ്യത്യാസവുമില്ലാത്തവരെ — വേറെ വേറെ ജാതികളായി അടിസ്ഥാനമൊന്നുമില്ലാതെ വേർതിരിച്ചുകാണുന്ന തിനെയാണ് ഗുരു ഇവിടെ ചോദ്യം ചെയ്യുന്നത്. ജൈവശാസ്ത്രപരമായ യുക്തികളുടെ അടിയുറച്ച പിൻബലത്തോടെ. പിന്നെ എന്താണാവോ ജാതിവ്യവസ്ഥയുടെ പ്രത്യയശാസ്ത്രം ഉന്നയിക്കുന്ന വ്യത്യാസം എന്ന് പരിഹാസം ധ്വനിപ്പിച്ചുകൊണ്ടാണ് ഗുരു ഈ വരികളവസാനിപ്പിക്കുന്ന ത്.

ജീവികളെ ഇനം തിരിക്കുന്നത് ജീവശാസ്ത്രത്തെ അടിസ്ഥാനപ്പെ ടുത്തിയാണ്. സസ്യങ്ങൾ, പറവകൾ, ഇഴജന്തുക്കൾ, നാൽക്കാലിമൃഗ ങ്ങൾ, ഇരുകാലികളായ മനുഷ്യർ എന്നിങ്ങനെ. ഇവയ്ക്കെല്ലാം ഓരോ വിഭാഗത്തിനും ഓരോതരം യോനിയും ഓരോതരം ആകാരവുമാണുള്ളത്. അതിനപ്പുറം ഒരു മാനദണ്ഡം ജീവികളെ വേർതിരിക്കുന്നതിനില്ല. അതു കൊണ്ടാണ് ഈ കൃതിയുടെ തുടക്കത്തിലേ മനുഷ്യന് ജാതി മനുഷ്യത്വം, പശുവിന് ജാതി പശുത്വം എന്നു ഗുരു പറയുന്നത്. ഇതിനെ സസ്യത്വം, പറവത്വം, ഇഴജീവിത്വം, മൃഗത്വം എന്നിങ്ങനെ നീട്ടിക്കൊണ്ടു പോകാവു ന്നതാണ്. അങ്ങനെ പറയുന്നതിലൂടെ ഓരോ ഇനത്തിനും പ്രത്യേകം പ്രത്യേകം സ്വത്വവും ശാരീരിക ഘടനയും ജൈവിക രീതിയും സാമൂ ഹ്യ-സാംസ്കാരിക സ്വഭാവവും ഉണ്ടെന്ന് ഗുരു നമ്മെ ഓർമ്മിപ്പിക്കുന്നു. അങ്ങനെയേ ജീവികളെ വേർതിരിക്കാനാകൂ. മനുഷ്യർ തമ്മിൽ അങ്ങനെ വേർതിരിവു സാദ്ധ്യമല്ല.

അഞ്ചു ശ്ലോകങ്ങളാണ് ഈ കൃതിയിലുള്ളത്. ആദ്യത്തെ നാലു ശ്ലോകങ്ങളുടെ ആശയമാണ് ഇതേവരെ വിശദീകരിച്ചത്. ആ നാലു ശ്ലോകങ്ങളും തികച്ചും ജീവശ്ശാസ്ത്രപരമാണ്. അഞ്ചാമത്തെ ശ്ലോക ത്തിൽ ഈ ജീവശാസ്ത്രത്തിന് ചരിത്രത്തിലേക്ക് ഒരു എക്സ്റ്റൻഷൻ നൽകുകയാണ് ഗുരു ചെയ്യുന്നത്. ജീവശാസ്ത്രപരമായി മാത്രമല്ല, ചരി ത്രപരമായും അതാണ് ശരിയെന്ന് ഗുരു സ്ഥാപിക്കുന്നു. മാത്രമല്ല, ഏതു ശാസ്ത്രമെടുത്താലും ഗുരു പറഞ്ഞതാണ് ശരിയെന്ന് തെളിയിക്കാൻ പറ്റുമെന്ന് കൈച്ചൂണ്ടിയും ഈ ശ്ലോകത്തിലന്തർഹിതമായിരിക്കുന്നു.

പറച്ചിയിൽനിന്നാണ് പണ്ടു പരാശരനെന്ന മഹാമുനി പിറന്നതെന്നു ഗുരു പറയുന്നു. പരാശരഹോര തുടങ്ങി നമ്മുടെ ആത്മീയവും ഭൗതിക വുമായ ജീവിതത്തിന് പരാശരമുനി നല്കിയിട്ടുള്ള സംഭാവന വലുതാണ്. ആ മുനിയെ പറച്ചി പെറ്റതാണെന്നാണ് ഗുരു പറയുന്നത്. ഇതിഹാസ ങ്ങളിലോ പുരാണങ്ങളിലോ നിന്ന് നമുക്കതിനൊരു തെളിവു കണ്ടെടു ക്കാനാവില്ല. ഇതിലൊന്നിലും പെടുത്താത്ത ദ്രാവിഡ നാടോടിക്കഥക ളുടെ ചരിത്രസാഹിത്യം നമുക്കുണ്ട്. അതിലിങ്ങനെയൊരു കഥയുണ്ടാ വാം, പറച്ചിയാണ് പരാശരന്റെ അമ്മയെന്ന്.

പരാശരമുനിയുടെ മകനാണ് വേദവ്യാസൻ. വേദവ്യാസനാണ് മറ സൂത്രിച്ചത്. അതായത് വേദങ്ങളെ പകുത്തത്, *ബ്രഹ്മസൂത്രമെഴുതിയത്, മഹാഭാരതമെഴുതിയത്,* പുരാണങ്ങളെഴുതിയത്. ഈ ഗ്രന്ഥസമുച്ചയ മെല്ലാം രചിച്ച മഹാപ്രതിഭയായ വ്യാസമുനി പരാശരമുനിക്ക് മുക്കുവ ത്തിയിലുണ്ടായതാണെന്ന് ഗുരു ഓർമ്മിപ്പിക്കുന്നു. ഈ ഓർമ്മപ്പെടുത്ത ലിന് അസാധാരണമായ ഒരു വിപ്ലവസ്വഭാവമുണ്ട്. മനുഷ്യരെ ജാതിവ്യ ത്യാസംകൊണ്ടു വേർതിരിച്ചു നിറുത്തി സാമൂഹ്യ-സാമ്പത്തിക-സാം സ്കാരിക ആധിപത്യം ആഘോഷിക്കുന്ന ആര്യന്റെ, ബ്രാഹ്മണന്റെ പ്രത്യയശാസ്ത്രമവതരിപ്പിക്കുന്ന സകലഗ്രന്ഥങ്ങളുടെയും ഉപജ്ഞാതാവ് മുക്കുവത്തിയുടെ മകനാണെന്ന ഫലിതത്തിന്റെ തീയും ഇതിലുണ്ട്. പറ ച്ചിയുടെ മകനായ പരാശരമുനി മുക്കുവത്തിയെ പ്രാപിച്ച കഥ ഒരു നാട കമോ സിനിമയോ പോലെ ദൃശ്യങ്ങളായി ഇതിഹാസത്തിലുണ്ട്.

നേരം പുലർന്നിട്ടില്ല. നദിയോ കടത്തുകാരനായ ദാശനോ ഉണർന്നി ട്ടില്ല. പരാശരമുനി പ്രാതഃസ്നാനത്തിനായി ഗംഗയിലേക്ക് പോകുകയാണ്. അക്കരെ കടക്കണം. ദാശപുത്രിയായ സത്യവതി എഴുന്നേറ്റിട്ടുണ്ട്. അക്കരെ കടത്താമോ എന്ന് പരാശരമുനി സത്യവതിയോടു ചോദിക്കുന്നു. ജ്ഞാനിയും വൃദ്ധനുമായ ഒരു താപസനാണല്ലോ എന്നോർത്ത് സത്യ വതി സമ്മതിച്ചു. തോണി നദിയുടെ നടുക്കെത്തിയപ്പോൾ നിരാസക്ത നായ മുനിയുടെ ഭാവം മാറി. കന്യകയായ സത്യവതിയുടെ ശരീരവ ടിവും ലാവണ്യവും മുനിയുടെ മനസ്സിനെ ഇളക്കി. മുനി സത്യവതിയുടെ അടുത്തുചെന്നിരുന്നു. തന്റെ തപഃശക്തികൊണ്ട് സത്യവതിയുടെ മത്സ്യ ഗന്ധം അകറ്റി. പകരം അവളുടെ മേനിക്ക് ചന്ദനസുഗന്ധം നല്കി. മുനി കാറ്റിനോടു പറഞ്ഞു, "നദിയിൽ തിര വളച്ച് ഒരു മറ നിർമ്മിച്ചു തരൂ." മഞ്ഞിനോടു പറഞ്ഞു, "ഒരു മൂടുപടം നെയ്തു തരൂ." അങ്ങനെ വേദ വ്യാസന് ജന്മമേകി.

ഇത്തിരി കടുത്ത ഭാഷയാണ് ഗുരു ഈ കൃതിയിലുപയോഗിച്ചിരി ക്കുന്നത്. ഗുരുവിന്റെ ശൈലിക്കുള്ള മൃദുത്വവും സാരള്യവും കനിവും ഈ കൃതിയിലുണ്ടെന്നു തോന്നുന്നില്ല. തത്ത്വദർശനത്തേക്കാളുപരി ശാസ്ത്രത്തെയും ചരിത്രത്തെയും ഗുരു ഇതിലാശ്രയിക്കുകയും ചെയ്യുന്നു.

15

അറിവിലെരിയുന്ന അഹം

ഗുരുവിന്റെ ഹോമമന്ത്രം എന്ന രചനയെക്കുറിച്ച്

അഗ്നിയെ സംബോധനചെയ്തുകൊണ്ട്, അത് നല്കുന്ന വെളിച്ച ത്തിന്റെ ജ്വാലയിലും താപത്തിലും ഇരുളിന്റെ വിഷയങ്ങളർപ്പിച്ച് എരി ച്ചുകളയുന്ന ദാർശനിക കർമ്മമായി ഹോമത്തെ സങ്കല്പിച്ചുകൊണ്ടാണ് നാരായണഗുരു ഈ മന്ത്രം രചിച്ചിട്ടുള്ളത്.

പാരമ്പര്യത്തെ പ്രത്യക്ഷത്തിൽ നിരാകരിക്കാതെതന്നെ നിരാകരിച്ച് അതിന് നവമായ, മാനവികമായ ഒരു മൂല്യം കല്പിച്ചുകൊടുക്കുന്ന തന്റെ സ്വകീയമായ ശൈലി ഗുരു ഈ മന്ത്രത്തിന്റെ രചനയിലും സ്വീകരിച്ചിട്ടു ള്ളതായി കാണാം. ഇവിടെ അഗ്നി എന്നു പറയുന്നത് അരണി കടഞ്ഞോ തീപ്പെട്ടിക്കോലുരച്ചോ ഉണ്ടാക്കുന്ന തീയല്ല. ഹോമം എന്നു പറയുന്നത് ബ്രാഹ്മണങ്ങളും ആരണ്യകങ്ങളും വിവരിക്കുന്ന അഗ്നിഹോത്രവുമല്ല. അഗ്നി എന്ന വാക്കും, ഹോമം എന്ന വാക്കും പ്രതീകാത്മകമായ അർത്ഥ കല്പനകളോടെയാണ് ഗുരു ഇവിടെ ഉപയോഗിച്ചിരിക്കുന്നത്. ഹോമ കുണ്ഡം ജ്വലിപ്പിച്ച്, അതിൽ യജമാനനും പത്നിയും കൂടി സമിത്തുക്ക ളർപ്പിക്കുന്നതിനുവേണ്ടിയാണ് ഗുരു ഈ മന്ത്രം രചിച്ചത് എന്നു കരുതുക വയ്യ. അങ്ങനെ വിചാരിക്കുന്നത് സാമാന്യമായ ധാരണ സൃഷ്ടിക്കുന്ന വലിയ അബദ്ധങ്ങളിലൊന്നാണെന്നു പറയാതെ തരമില്ല.

അഗ്നി അറിവിന്റെ പ്രതീകവും ഹോമം ജ്ഞാനയോഗസാധനയുടെ പ്രതീകവുമായി മാറുന്നു ഈ മന്ത്രത്തിൽ. അഗ്നിഹോത്രത്തെക്കുറിച്ചുള്ള വേദസങ്കല്പം സത്യത്തിൽ ജനനമരണങ്ങളുടെ ചാക്രികതയെ പ്രതീ കവല്കരിക്കുന്ന കാവ്യകല്പനകളാണ്. പുരുഷസൂക്തത്തിൽ വസന്ത ത്തെയാണ് ആജ്യ (നെയ്യ്)മായി കല്പിച്ചിട്ടുള്ളത്. ഋതുഭേദങ്ങളുടെ

ആവർത്തനം കാലത്തിന്റെ അഗ്നിയിൽ നടക്കുന്ന ഹോമമായി ഇവിടെ സങ്കല്പിച്ചിരിക്കുന്നു. കവിതയുടെ അകപ്പൊരുളുകളറിയാൻ കെല്പി ല്ലാത്ത അല്പബുദ്ധികളാരോ ഒക്കെക്കൂടി അതിനെ മൃഗങ്ങളെ നവദ്വാര ങ്ങളും അടച്ച് ശ്വാസംമുട്ടിച്ച് കൊന്ന്, അതിന്റെ വപ തീയിൽ ചുട്ടുതിന്ന്, സോമം പാനം ചെയ്ത് നടത്തുന്ന പലതരത്തിലുള്ള യാഗങ്ങളായി വ്യാഖ്യാനിച്ചു. ക്രമേണ അവ അനുഷ്ഠാനങ്ങളും കർമ്മങ്ങളുമായി മാറി.

മൃഗങ്ങളുടെ മാംസം കരിഞ്ഞ ധൂമംകൊണ്ട് ഒരുകാലത്ത് ഭാരത ത്തിന്റെ അന്തരീക്ഷം മുടികെട്ടിനിന്നിരുന്നു എന്ന് ചരിത്രം. ബുദ്ധൻ അഹിംസയുടെ അമൃതമന്ത്രവുമായി വരുന്നത് ഈ ചരിത്രസന്ധിയി ലാണ്. എല്ലാ മതാനുഷ്ഠാനങ്ങളുടെയും കർമ്മങ്ങളുടെയും പിന്നിൽ ഒരു സൗന്ദര്യശാസ്ത്രമുണ്ടെന്നുള്ളത് ശ്രദ്ധേയമാണ്.

അഗ്നിഹോത്രം അതിന്റെ സങ്കല്പങ്ങളറിഞ്ഞ് ഒരു പ്രതീകാത്മക കർമ്മമെന്ന നിലയിൽ അനുഷ്ഠിക്കുന്നത് നിഷിദ്ധവുമല്ല. കോടികളും ലക്ഷങ്ങളും മുടക്കി നടത്തുന്ന അതിരാത്രങ്ങളുടെയും സോമയാഗങ്ങ ളുടെയും പിന്നിലുള്ളത് വേറെ താല്പര്യങ്ങളാണ്. ആത്മീയമായ ഉണർവ്വോ അനുഭൂതിയോ അല്ല. നാരായണഗുരു അങ്ങനെയുള്ള അഗ്നി ഹോത്രങ്ങളെ അനുകൂലിക്കുന്നു എന്നു പറയാനാവില്ല. അരുവിപ്പുറം പ്രതിഷ്ഠതൊട്ടേ നിലവിലിരുന്ന വൈദിക കർമ്മ വിധികളെ ഗുരു ചോദ്യം ചെയ്തുപോന്നു. ഗുരു സ്വമനസ്സാലേ നടത്തിയത് ശാരദാപ്രതിഷ്ഠയാണ്. അത് അറിവിന്റെ പ്രതീകമാണ്. ഇവിടെ മണിയടിയും പൂവെറിയലും പൂജയുമൊന്നും വേണ്ട, ഇതിന്റെ മുറ്റത്ത് വന്നിരുന്ന് ചർച്ച ചെയ്യുകയോ വായിക്കുകയോ ചെയ്യാമെന്നു ഗുരു പറയുകയും ചെയ്തു. ആ ഗുരു വിനെ ഇപ്പോൾ ക്ഷേത്രങ്ങൾ പണിത് വൈദിക വിധിപ്രകാരം പ്രതി ഷ്ഠിക്കുകയും നിത്യപൂജയ്ക്ക് ശാന്തിക്കാരെ ഏർപ്പെടുത്തുകയും ചെയ്യു ന്നുണ്ട്. ചരിത്രത്തോട് ചെയ്യുന്ന ചതിയായേ ഇതിനെ കാണാനാകൂ.

ഗുരു ഈ ഹോമമന്ത്രം എഴുതിയത് ഇതു ചൊല്ലി എല്ലാവരും ഇഷ്ടം പോലെ ഹോമം ചെയ്തോട്ടെ എന്നുവച്ചായിരിക്കുകയില്ല. ഹോമം ചെയ്യു ന്നവന് അത് ഉപയോഗിക്കുകയുമാവാം. അധഃകൃതന് മന്ത്രം അവകാശ മില്ലാതിരുന്ന കാലത്ത് ഈ മന്ത്രം ഗുരു രചിച്ചതിന് ഒരു സാമൂഹ്യപ്രതി രോധത്തിന്റെ ശക്തിതാളം കൂടിയുണ്ടാകാം.

അഗ്നി ചൂടും വെളിച്ചവും നല്കുന്നു. ഏതു വസ്തുവിനെയും എരി ച്ചുകളയാനുള്ള ദാഹക ശക്തിയുമുണ്ടതിന്. പണ്ടുമുതലേ കവികളും ദാർശനികരും അഗ്നിയെ അറിവിന്റെ പ്രതീകമായി കല്പിച്ചിരുന്നു. പ്രത്യേ കിച്ച് ആത്മജ്ഞാനത്തിന്റെ അഗ്നി സർവ്വ്യാന്തര്യാമിയാണ്, അറിവു പോലെ. സർവ്വഭൂതങ്ങളിലും അത് കുടികൊള്ളുന്നു. അതുകൊണ്ട് ഗുരു ഇവിടെ പ്രത്യക്ഷത്തിലുള്ള ബ്രഹ്മം എന്ന് അഗ്നിയെ പറയുന്നു.

അഗ്നിക്ക് ഏഴുനാവുകളുണ്ടെന്ന് സങ്കല്പം. ഈ ഏഴുനാവുകൾ മനസ്സ്, ബുദ്ധി, കാത്, കണ്ണ്, ത്വക്ക്, നാക്ക്, മൂക്ക് എന്നീ ഏഴ് ജ്ഞാനേ ന്ദ്രിയങ്ങളെ കുറിക്കുന്നു. അഗ്നി അറിവിന്റെ സ്വരൂപമാണെന്ന് ഗുരു

ഇവിടെ ഒന്നുകൂടെ വ്യക്തമാക്കുകയാണ്. ഈ അറിവിൽ ഗുരു ഹോമി ക്കുന്നത് വിഷയങ്ങളാകുന്ന ഹോമദ്രവ്യങ്ങളെ (സമിത്തുക്കൾ)യാണ്. അഗ്നിഹോത്രി ചെയ്യുന്നതുപോലെ ചമതയും ചന്ദനവും നെയ്യുമല്ല. ഐന്ദ്രിയമായ അറിവുകളെയും സുഖങ്ങളെയുമാണ്. അറിവിലുമേറിയ അറിവിന് വേണ്ടിയാണ് അവ ബലിയർപ്പിക്കപ്പെടുന്നത്. ഇവിടെ ഗുരു ഇന്ദ്രിയങ്ങൾ അവിവേകത്തിന്റെ വന്യമേഖല കടന്ന് ഉയരുന്നതിനെയാണ് സൂചിപ്പിക്കുന്നത്.

നെയ്യ് ഹോമിക്കുന്നു എന്ന് അഗ്നിഹോത്രപ്രതീകത്തെ സാർത്ഥകമാ ക്കാൻ ഗുരു എടുത്തോതുന്നുണ്ട്. അത് ഞാൻ (അഹം) എന്ന നെയ്യാണ്. പശുവിന്റെ നെയ്യല്ല. വ്യക്തി അയാളുടെ പരിമിതസീമ പൊളിച്ച് വൃഷ്ടി യുടെ അഖില മാനങ്ങളിലേക്ക് വളരുന്ന സുന്ദരമായ മനുഷ്യാവസ്ഥയെ ക്കുറിച്ചാണ് ഗുരു ഇവിടെ വിവക്ഷിച്ചിരിക്കുന്നത്. അഹവും വിഷയങ്ങ ളുമെല്ലാം ത്യജിച്ച് സംഗശൂന്യമായ വരൾച്ച പൂകാനല്ല, വിശ്വപ്രേമത്തിന്റെ സൗന്ദര്യസാകല്യത്തിലേക്ക് ബന്ധമുക്തനായി മനുഷ്യനുയരണമെ ന്നാണ് ഗുരു ഇവിടെ ഭംഗ്യന്തരേണ പറയുന്നത്.

ശ്രേയസ്സിനും പ്രേയസ്സിനും വേണ്ടിയുള്ള പ്രാർത്ഥന അതിനു തെളി വാണ്. ശ്രേയസ്സ് ആത്മീയ വികാസത്തെക്കുറിക്കുന്ന വാക്കാണ്. പ്രേയസ്സ് ഭൗതികവികാസത്തെയും. രണ്ടും നല്കുന്നത് അറിവാണെന്ന ധ്വനിയും ഇവിടെയുണ്ട്. അതായത് അറിവിലുമേറിയ അറിവ്.

16

സ്നേഹത്തിന്റെ സൂര്യഗീതം
അനുകമ്പാദശകത്തിന് ഒരനുലേഖം

നമ്മുടെ ആത്മീയ ഗുരുക്കന്മാരുടെ രചനകളുടെ ചരിത്രത്തിലിതൊ
ന്നേയുള്ളൂ — പുല്ലും പുഴുവും എറുമ്പും തൊട്ട് മനുഷ്യനെ വരെ, അതാ
യത് സകല ജീവികളെയും സ്നേഹിക്കണമെന്ന്, അവയോടെല്ലാം അനു
കമ്പാർദ്രമായ ഒരു ഹൃദയ പാരസ്പര്യമുണ്ടായിരിക്കണമെന്ന് അരുളുന്ന
ഒരു ഗീതം. അതാണ് ഗുരുവിന്റെ അനുകമ്പാദശകം. സകല മതസ്ഥ
രോടുമാണ് ഗുരു ഈ സ്നേഹത്തിന്റെ സുവിശേഷം അരുളുന്നത്.
വൈഷ്ണവരോടും ശൈവരോടും ബൗദ്ധരോടും ക്രിസ്ത്യാനികളോടും
മുസ്ലീങ്ങളോടും മറ്റെല്ലാ ജനവിഭാഗങ്ങളോടും കേൾക്കൂ, നിങ്ങളുടെ
ദൈവങ്ങളും പ്രവാചകരും പരമകാരുണികരാണെന്ന് വിളിച്ചു പറഞ്ഞു
കൊണ്ടാണ് ഗുരു ഈ കൃതി രചിച്ചിരിക്കുന്നത്.

അനുകമ്പാദശകമെന്ന പേരിലുള്ള ഈ കൃതിക്ക് പതിനൊന്നു
ശ്ലോകങ്ങളുണ്ട്. ദശകം പത്താണ്. പതിനൊന്നാമത്തെ ശ്ലോകത്തെ കൃതി
യുടെ ഫലശ്രുതിയായെടുക്കാം. പക്ഷേ, പതിനൊന്നാം ശ്ലോകം അതി
നുമുമ്പുള്ള ദശകത്തിന്റെ സമവായം തീർത്തുകൊണ്ട് അവിഭാജ്യമാ
യാണ് നിലകൊള്ളുന്നത്.

സ്നേഹവും കാരുണ്യവും തത്ത്വചിന്തയ്ക്ക് അത്ര അഭികാമ്യമായ
ഒരു വിഷയമല്ല. കാര്യകാരണാന്വേഷണത്തിന്റെയും ഊഹാപോഹ വിച
ക്ഷണത്വത്തിന്റെയും വഴി കാരുണ്യരഹിതമായാണ് നീങ്ങുന്നത്. പക്ഷേ,
ഉപനിഷദ് ദർശനങ്ങളുടെ ഹൃദയത്തിലിരുന്ന് ഇടയ്ക്ക് സ്നേഹത്തിന്റെ,
പാരസ്പര്യത്തിന്റെ ഉടുക്ക് തുടിക്കുന്നത് നാം കേൾക്കുന്നു. ഈശാവാ
സ്യോപനിഷത്ത് സർവ്വഭൂതത്തെയും ആത്മാവിലും സർവ്വഭൂതത്തിലും
ആത്മാവിനെയും കാണുന്നു. അതിലെ സ്നേഹത്തിന്റെ ഈ നാദവൈ
ശിഷ്ട്യം കൊണ്ടാകാം ഗുരു ആ ഉപനിഷത്തിന് മലയാളത്തിൽ ലളിത

മനോഹരമായ ഒരു പരിഭാഷ നിർമ്മിച്ചത്. ഒരേയൊരു ഉപനിഷത്തേ ഗുരു മലയാളത്തിലേക്കു മൊഴിമാറ്റം നടത്തിയിട്ടുള്ളൂ എന്ന കാര്യവും ഇവിടെ സ്മരണീയം.

അണുതൊട്ട് അണ്ഡകടാഹം വരെ, പുല്ലുതൊട്ട് പരബ്രഹ്മം വരെ, പുഴതൊട്ട് പാരാവാരം വരെ സർവ്വവും പരസ്പരം ബന്ധപ്പെട്ടു കിടക്കുന്ന ഒരു സമഗ്ര സാകല്യമാണെന്നതാണ് പരിസ്ഥിതി വിജ്ഞാനീയത്തിന്റെ ദർശനം. പരിസ്ഥിതി വിജ്ഞാനീയത്തിനു ലഭിച്ച ഏറ്റവും വിശിഷ്ടമായ ഒരു ആദ്ധ്യാത്മിക ചിന്തയായും ഈ കൃതിയെ നമുക്കു വിശേഷിപ്പിക്കാ വുന്നതാണ്. പരിസ്ഥിതിയെ — പ്രകൃതിയെ — മനുഷ്യനെങ്ങനെ ഉപ യോഗിക്കണമെന്നതിനെപ്പറ്റി ഗുരു അന്യത്ര പറഞ്ഞിട്ടുള്ള ഒരു കാര്യവും ഇവിടെ ശ്രദ്ധാർഹം. കുഞ്ഞ് അമ്മയുടെ സ്തന്യം നുകരുന്നതുപോലെ വേണം മനുഷ്യൻ പ്രകൃതിയെ ഉപയോഗിക്കാനെന്ന് പറഞ്ഞിട്ടുണ്ട്. കുഞ്ഞ് അമ്മയുടെ സ്തന്യം നുകരുമ്പോൾ എന്താണ് സംഭവിക്കുന്നത്? അമ്മയ്ക്ക് അതിദിവ്യമായ ഏതോ ഒരാനന്ദവും വാത്സല്യവും കുഞ്ഞിന് സുഖവും സംതൃപ്തിയും. പ്രകൃതിയെ കൊന്നുതിന്നാൻ ആർത്തി കാണി ക്കുന്ന മനുഷ്യരോട് ഇതിനപ്പുറം എന്തെങ്കിലുമൊന്ന് ഉപദേശിക്കാനാർക്കു മാവില്ല.

എറുമ്പിനുപോലും ഒരു പീഡയും വരുത്തരുതെന്നുള്ള അനുകമ്പ എല്ലായ്പ്പോഴും നല്കണമെന്ന് ദൈവത്തോട് പ്രാർത്ഥിച്ചുകൊണ്ടാണ് അനുകമ്പാദശകത്തിന്റെ തുടക്കം. ദൈവമേ ഉള്ളിലെപ്പോഴും നിന്റെ തിരു മെയ് വിട്ട് അകന്നു പോകാത്ത ചിന്ത തരണമെന്നു ഗുരു പ്രാർത്ഥനാ പൂർവ്വം പറയുന്നു. 'ഒരു പീഡയെറുമ്പിനും വരുത്തരുതെ'ന്നുള്ള തുട ക്കത്തിനുതന്നെ കാരുണ്യത്തിന്റെ അകമലിയിക്കുന്ന ഒരു ടോണാണ് ഗുരു നല്കിയിരിക്കുന്നത്. ഭാഷാരചനയെ ഭാവാർത്ഥത്തിലെങ്ങനെ വില യിപ്പിക്കാമെന്ന് അറിയുന്ന അപൂർവ്വ പ്രതിഭാശാലിയായ ഒരു മഹാകവി യുടെ കൃതഹസ്തത നമുക്കിവിടെ അനുഭൂതമാകുന്നു. സ്നേഹവും അനു കമ്പയും നിറഞ്ഞ ഗുരുഹൃദയത്തിന്റെ കവിഞ്ഞൊഴുകലാണ് (over flow of love and passion) ഇത്. കരുണാകരാ എന്ന് സംബോധന ചെയ്യു ന്നത് ദൈവത്തെയാണ്. എന്താണ് കരുണാകരനായ ദൈവത്തിന്റെ തിരു മെയ്? അത് ഈ സ്ഥലകാലരാശിയായും അതിൽ വന്ന് പിറക്കുകയും മറഞ്ഞുപോവുകയും ചെയ്യുന്ന ജീവരാശിയായുമാണ് ഗുരു കാണുന്ന ത്. അങ്ങനെയുള്ള സ്ഥലകാല ജീവനൈരന്തര്യത്തിന്റെ (space time bio continuvam) തിരുമെയ് തന്റെ ചിന്തയിൽനിന്ന് വിട്ടുപോകരുതെ ന്നാണ് ഗുരു ധന്യാത്മകമായി ഇവിടെ അരുളുന്നത്.

അരുളാൽ വരുമിമ്പം. അരുൾ എന്ന വാക്കിന്റെ വരവ് തമിഴ് ഭാഷ യിൽനിന്നാണ്. തമിഴ് ഭാഷയുടെ മറ്റൊരു പ്രാദേശിക വെർഷനായി പിറന്ന ആദികാല മലയാളത്തനിമയെയാണല്ലോ ഗുരു പ്രധാനമായും ആശ്രയി ച്ചിട്ടുള്ളത്. സ്നേഹമെന്നും അനുകമ്പയെന്നും അനുഗ്രഹമെന്നും ആത്മാ വെന്നും ദൈവമെന്നും ഒക്കെയാണ് അരുൾ എന്ന വാക്കിന്റെ അർത്ഥം.

ഗുരു ഈ വാക്ക് ഈ അർത്ഥങ്ങളിലെല്ലാം പ്രയോഗിക്കുകയും ചെയ്തി ട്ടുണ്ട്. സർവ്വ സ്പർശിയായ ദർശനങ്ങളുടെ പ്രകാശപൂരം അനുഭവിപ്പി ക്കുന്ന ഒരു വാക്കാണിത്.

ഇമ്പം, അല്ലെങ്കിൽ സന്തോഷം, ആനന്ദം — അത് ഉണ്ടാകുന്നത് അരുൾകൊണ്ടാണ്. അൻപില്ലാത്ത, സ്നേഹമില്ലാത്തവർക്ക് എല്ലാത്തര ത്തിലുള്ള ദുഃഖങ്ങളും ദുരിതങ്ങളും വന്നുകൂടും. അൻപിനെ, സ്നേഹത്തെ ഇല്ലാതെയാക്കുന്നത് അജ്ഞാനത്തിന്റെ ഇരുളാണ്. അജ്ഞാനംകൊണ്ട്, ആത്മബോധമില്ലായ്മകൊണ്ട് ദുഃഖങ്ങളും ദുരിത ങ്ങളും മാത്രമല്ല, ഏത്, എന്ത് ആപത്തും വന്നുപെടാം. ഇവിടെ ജ്ഞാനം കൊണ്ടാണ് ഇമ്പം, അല്ലെങ്കിൽ ആനന്ദം ഉണ്ടാകുന്നതെന്നാണ് വിവ ക്ഷിക്കപ്പെടുന്നത്. എന്താണ് ജ്ഞാനം? അത് അരുൾ അല്ലാതെ മറ്റൊ ന്നുമല്ലെന്ന് ധ്വനി.

അരുൾ, അൻപ്, അനുകമ്പ, ഈ മൂന്നു വാക്കുകളുടെയും പൊരുൾ — അർത്ഥം — ഒന്നുതന്നെയാണ്. ജീവതാരകമെന്നാണ് അവയുടെ ഒക്കെ അർത്ഥം. ജീവതാരകമെന്നു പറയുന്നതിന്റെ വിവക്ഷിതാർത്ഥമെന്ത്? ജീവനെ ദുഃഖങ്ങളുടെയും ദുരിതങ്ങളുടെയും പെരുങ്കടൽ കടത്തി ആന ന്ദത്തിന്റെ ഹരിത സുന്ദരസ്ഥലികളിലേക്കെത്തിക്കുന്ന തോണിയെന്നോ കപ്പലെന്നോ അർത്ഥമെടുക്കാം. ജീവന് നക്ഷത്രത്തിളക്കം കൊടുക്കു ന്നതാണ് അരുൾ എന്ന് അർത്ഥമെടുക്കാം. ഈ ശ്ലോകത്തിന്റെ അവസാന പാദങ്ങളിലായി ഒരു നവാക്ഷരീമന്ത്രം ഗുരു ഉപദേശിച്ചു തരുന്നുണ്ട്. നമഃ ശിവായ എന്ന പഞ്ചാക്ഷരീ മന്ത്രമാണ് മന്ത്രങ്ങളിൽവച്ച് 'വരരാജ മന്ത്ര'മായി കണക്കാക്കപ്പെടുന്നത്. ഗുരു മറ്റൊരു നമവായ വരരാജമന്ത്ര ത്തിന്റെ ദ്രഷ്ടാവായ ഋഷിയായി മാറുന്ന ഉൽക്കൃഷ്ടമായ കാഴ്ചയാണ് നാമിവിടെ കാണുന്നത്.

വാസ്തവത്തിൽ ജീവനുള്ളതിനെല്ലാം — സത്യമായതിനെല്ലാം — ശിവമായതിനെല്ലാം — നമസ്കാരം പറയുന്നു എന്നാണ് നമഃശിവായ എന്ന മന്ത്രത്തിന്റെ നേരർത്ഥം. ആ അർത്ഥം എപ്പോഴോ മറഞ്ഞുപോ യിരിക്കുന്നു. അല്ലെങ്കിൽ മനഃപൂർവ്വം മായ്ക്കുകയോ മറയ്ക്കപ്പെടുകയോ ചെയ്തിരിക്കുന്നു.

'അരുളുള്ളവനാണു ജീവി' എന്നു ഗുരു ദർശിക്കുന്ന നവാക്ഷരീ മന്ത്രത്തിന്റെ അർത്ഥം അരുളുള്ളവനെയാണ് ജീവിയെന്നു വിളിക്കാൻ അർഹൻ എന്നാണ്. അതെപ്പോഴും ഉരുവിട്ടുകൊണ്ടിരിക്കണമെന്നാണ് ഗുരു അരുളുന്നത്. ജീവിതത്തിലൊരിക്കലും അരുൾ കൈവിടരുത്. അക്കാര്യം എപ്പോഴും ഓർത്തുകൊള്ളണമെന്നു ചുരുക്കം.

അരുളില്ലെങ്കിൽ മനുഷ്യൻ എല്ലും തൊലിയും സിരയും ചേർന്നു നാറുന്ന ഒരു ശരീരം മാത്രം. അവൻ ദാഹിക്കുന്നവർക്ക് കുടിനീരിനോ ഒരു സസ്യത്തിന് മുളയ്ക്കാനോ വളരാനോ പ്രയോജനപ്പെടാത്ത മരുഭൂ മിയിലെ മരീചികാ ജലപ്രവാഹമാകുന്നു. ഒരു കനിയും കായ്ക്കാത്ത വൃക്ഷമാണ് അവൻ. ഒരു മണവുമില്ലാത്ത പൂവാണ് അവൻ. സ്നേഹ

ശൂന്യമായ ജീവിതത്തെ കടുത്ത ശുഷ്കപ്രതീകങ്ങൾകൊണ്ടാണ് ഗുരു പരാമർശിക്കുന്നത്. ജീവിതത്തിന്റെ, മനുഷ്യന്റെ ജൈവസത്ത സ്നേഹ മാണെന്ന് ഇത്ര ഗംഭീരമായി വിളംബരം ചെയ്യുന്ന വരികൾ വേറെ കാണില്ല മലയാളത്തിൽ.

അഞ്ചുതരം വികാരങ്ങൾ — മാറ്റങ്ങൾ — ജീവിതത്തിന് സംഭവിക്കു ന്നുണ്ട്. ഭവിക്കുന്നു, ജനിക്കുന്നു, പരിണമിക്കുന്നു, ക്ഷയിക്കുന്നു, നശി ക്കുന്നു. ഇവയാണ് അഞ്ചു വികാരങ്ങളായി ഗുരു ഇവിടെ പറയുന്നതെന്നു കരുതണം. *ദർശനമാലയിലങ്ങനെയൊരു* പരാമർശം ഗുരു നടത്തുന്നു ണ്ട്. ഈ പ്രപഞ്ചത്തിലുള്ള എല്ലാം ഈ അവസ്ഥകളെ തരണം ചെയ്യു ന്നുണ്ട്. അല്ലെങ്കിലിപ്രകാരം മാറുന്നുണ്ട്. ഈ മാറ്റങ്ങളൊന്നും പക്ഷേ, അറിവിനെ ബാധിക്കുന്നില്ല. അരുളിനെയാണ് ഗുരു അറിവെന്ന് ഇവിടെ പറയുന്നത്. മാറ്റത്തിനു വിധേയമാകുന്ന ശരീരം വിട്ടാലും കീർത്തിയുടെ ശരീരം സ്വീകരിച്ച് അനുകമ്പ, അരുൾ, അറിവ് നിലനിൽക്കും.

സ്നേഹം അറിവാണെന്ന് ഗുരു പറയുന്നു. അതായത് ആത്മാവ്, ബ്രഹ്മം, ദൈവം. 'ലൗ ഈസ് ഗോഡ്' എന്ന ക്രിസ്തുവിന്റെ അരുളാണ് ഭംഗ്യന്തരേണ ഗുരുവും ഇവിടെ അരുളുന്നത്. അരുളില്ലാതെ വരുന്നത്, അല്ലെങ്കിലരുളിനെ അറിയാനുള്ള വിവേകമില്ലാതെ വരുന്നത് അജ്ഞാനം കൊണ്ടാണ്. അടുത്ത ശ്ലോകം മുതൽ കീർത്തിയുടെ ശരീരം സ്വീകരിച്ച് ചിരംജീവികളായി നിൽക്കുന്ന ചില കാരുണ്യശാലികളെ ഗുരു പരിചയ പ്പെടുത്തുകയാണ്.

പരമാർത്ഥം — പരമസത്യം — പറഞ്ഞുതന്ന് നമ്മുടെ ഉള്ളിലിരുന്ന് ജീവന്റെ തേര് തെളിക്കുന്ന ഒരു പൊരുളുണ്ട്. അതാണ് അരുൾ. ആ ജ്ഞാനത്തിന്റെ രഹസ്യമാണ് കുരുക്ഷേത്രയുദ്ധരംഗത്ത് അർജ്ജുനന്റെ തേര് തെളിക്കുന്ന കൃഷ്ണനും ഉപദേശിക്കുന്നത്. വെറും യുദ്ധത്തിന്റെ പ്രത്യക്ഷയുക്തിയല്ല, സ്നേഹത്തിന്റെ സന്ദേശമാണ് *ഭഗവദ്ഗീതയിൽ* നിന്നു നാം വായിച്ചറിയേണ്ടതെന്നുകൂടി ഗുരു ഇവിടെ ഉദ്ദേശിക്കുന്നുണ്ടോ എന്നു സംശയിക്കണം. അല്ലെങ്കിൽ ഗുരു സ്നേഹത്തെക്കുറിച്ചുള്ള ഈ കവിതയിൽ യുദ്ധത്തിൽ തേര് തെളിക്കുന്ന കൃഷ്ണബിംബം, കൃഷ്ണന്റെ പേരെടുത്തു പറയാതെ എന്തിന് വിന്യസിച്ചു? *ഗീതയെക്കു* റിച്ച് ഗുരു മറ്റൊരിടത്തും പറഞ്ഞിട്ടില്ലെന്നും ഇത് കൃഷ്ണബിംബമ ല്ലെന്നും സമർത്ഥിക്കുന്ന പണ്ഡിതന്മാരുണ്ട്. ഏതായാലും കണ്ണാടിയി ലെന്നപോലെ വ്യക്തമായി ഇവിടെ കാണുന്നത് കൃഷ്ണബിംബമാണ് — അതോടൊപ്പം താത്ത്വികമായ ഒരു കാല്പനിക ചിത്രം ഗുരു അവ്യക്തവാങ്മയംകൊണ്ട് വരച്ചു ചേർക്കുന്നുണ്ടെങ്കിലും.

സരളമായി അദ്വയസത്യത്തിനു ഭാഷ്യം ചമച്ച ആ ഗുരുവും കാരു ണ്യശാലിയാണെന്നു ഗുരു പറയുന്നു. ആ ഗുരു ആരാണ്? ശങ്കരാചാ ര്യരോ? അത് ശങ്കരാചര്യരല്ലെന്നു വാദിക്കുന്ന പണ്ഡിതന്മാരുമുണ്ട്. ശങ്ക രന്റെ അദ്വൈതമല്ല, ഗുരുവിന്റെ അദ്വൈതമെന്നും ശങ്കരന്റെ അദ്വൈത ഭാഷ്യം സരളമല്ല എന്നുമാണ് അവരുടെ വാദമുഖങ്ങൾ. പിന്നെ ആരാണ്

അദ്വയ സത്യത്തിന് സരളവും സ്നേഹാർദ്രവും സാമൂഹ്യവുമായ ഭാഷ്യം നല്കിയത്? അത് ഗുരുവാണ്. വായനക്കാരന്റെ മനസ്സിന് ഗുരുവിനെ ത്തന്നെ ഇവിടെ കൊണ്ടുവന്ന് നിർത്താവുന്ന തരത്തിലാണ് ബിംബം നിബന്ധിച്ചിരിക്കുന്നത്.

ഭൂതദയാക്ഷമാബ്ധിയോ? ജീവകാരുണ്യത്തിന്റെയും ക്ഷമയുടെയും സമുദ്രമോ എന്നർത്ഥം. അതാരാണ്? രതിദേവനെ പലരും ഇവിടെ സങ്ക ല്പിച്ചിട്ടുണ്ട്. പുരുഷരൂപമെടുത്ത ദൈവം ശിവനാകാം. മനുഷ്യന്റെ ദിവ്യ രൂപം ധരിച്ചത് ബുദ്ധനാകാം. പരമേശ പവിത്രപുത്രൻ ക്രിസ്തുവാകാം. ഒരു ഊഹാപോഹത്തിനും ഇടം നല്കാതെ ഗുരു വ്യക്തമായി പേരെ ടുത്തു പറഞ്ഞിരിക്കുന്നത് നബി തിരുമേനിയെയാണ്. കാരുണ്യശാലി യെന്നും മുത്തെന്നും രത്നമെന്നുമാണ് നബിയെ ഗുരു വിശേഷിപ്പിക്കു ന്നത്.

പണ്ട് വെറും ഭസ്മംകൊണ്ട് പനി മാറ്റുകയും അത്ഭുതങ്ങൾ കാണി ക്കുകയും ചെയ്ത മൂർത്തി, പല്ലവ രാജാവിന്റെ ജ്വരം ഭസ്മംകൊണ്ടു മാറ്റിയ പ്രശസ്തനായ തമിഴ് ശിവസിദ്ധൻ അപ്പർ ആകാം. വയറുവേദന മാറ്റി പാടി അലഞ്ഞുനടന്ന സിദ്ധൻ സുന്ദര മൂർത്തിയെന്ന ശിവസിദ്ധ നാകാം. അദ്ദേഹം രാജ്ഞിയുടെ കഠിനമായ വയറുവേദന മാറ്റിക്കൊടു ത്തുവെന്നാണ് പ്രശസ്തി.

പണ്ട് ശിവനെഴുതിയ പ്രശസ്തമായ വേദം എന്നു പറഞ്ഞ് താനെ ഴുതിയ പാട്ടുകൾ പാടി നടന്ന മുനിവര്യൻ തിരുവാചക കർത്താവായ മാണിക്യ വാചകരാകാം. മരിക്കാതെ ഉടലോടെ ശിവലോകം പൂകിയ ശിവന്റെ ശ്രേഷ്ഠഭക്തൻ നന്തനാരാകാം.

ചില സൂചനകൾ ഗുരു തരുന്നതുകൊണ്ടാണ് ഗുരു പറയുന്ന ചിരം ജീവികളായ കാരുണ്യശാലികൾ ഇവരെല്ലാമാണെന്നു പലരും ഊഹി ക്കുകയും കല്പിക്കുകയും ചെയ്തിട്ടുള്ളത്. ഏതായാലും ഏതു മത ത്തിന്റെയും തത്ത്വശാസ്ത്രത്തിന്റെയും പൊരുൾ അരുളായിരിക്കണമെന്ന് ഗുരു ഈ കൃതിയിൽ പ്രത്യക്ഷമായിത്തന്നെ ആഗ്രഹിക്കുന്നതും കാണാം.

കാരുണ്യശാലി മനുഷ്യന്റെ രൂപമെടുത്ത് ഭൂമിയിൽ സഞ്ചരിക്കുന്ന കാമധേനുവാണെന്ന് ഗുരു പറയുന്നു. കാമധേനു ആഗ്രഹിക്കുന്നതെന്തും തരുന്നു. അത്യത്ഭുതകരമാം വിധം ദാനം ചെയ്യുന്ന ദേവവൃക്ഷമാണ് കാരുണ്യശാലിയെന്നും ഗുരു പറയുന്നു. അരുളിനെ എത്ര പ്രകീർത്തി ച്ചിട്ടും കാവ്യവല്ക്കരിച്ചിട്ടും ഗുരുവിന് മതിയാകുന്നില്ല.

പതിനൊന്നാം ശ്ലോകത്തിൽ വേദങ്ങളും ഗുരുക്കന്മാരും മുനിമാരും പറയുന്നത് ഒരേ കാര്യം തന്നെയാണെന്ന് ഗുരു അരുളുന്നു. ആലോചിച്ച് നോക്കിയാൽ എല്ലാ ശാസ്ത്രങ്ങളുടെയും പൊരുൾ അരുൾ ആണ്. *അനു കമ്പാദശകം ഒരു ദാർശനിക കൃതിയായിട്ടല്ല രചിക്കപ്പെട്ടിരിക്കുന്നത് —* ദർശനങ്ങളുമായി അതിനെ ബന്ധപ്പെടുത്തുന്നുണ്ടെങ്കിലും അത് സ്നേഹത്തിന്റെ, കാരുണ്യത്തിന്റെ, അനുകമ്പയുടെ ഗാനമഞ്ജരിയാണ്.

www.ingramcontent.com/pod-product-compliance
Lightning Source LLC
LaVergne TN
LVHW091116180726
843490LV00002B/807